हिंमतवान लोकांच्या प्रेरणादायी गोष्टी...

सामान्य लोकांच्या असामान्य कथा

डॉ. आलोक सेठी

अनुवाद : आसावरी चिपळूणकर

MANJUL

मंजुल पब्लिशिंग हाउस

MANJUL

मंजुल पब्लिशिंग हाउस

व्यावसायिक आणि संपादकीय कार्यालय

दुसरा मजला, उषा प्रीत कॉम्प्लेक्स, 42 मालवीय नगर, भोपाळ - 462 003

विक्री आणि विपणन कार्यालय

सी-16 सेक्टर 3, नोएडा, उत्तर प्रदेश - 201301, भारत

www.manjulindia.com

वितरण केंद्रे

अहमदाबाद, बेंगलुरू, भोपाळ, कोलकाता, चेन्नई,
हैदराबाद, मुंबई, नवी दिल्ली, पुणे

आलोक सेठी लिखित *बौने कद के ऊँचे लोग* या मूळ हिंदी पुस्तकाचा मराठी अनुवाद

प्रथम मराठी आवृत्ती 2024 साली प्रकाशित

ISBN : 978-93-5543-754-9

अनुवाद : आसावरी चिपळूणकर

मुद्रण व बाइंडिंग : रेप्रो इंडिया लिमिटेड

स्व. भाई राजू पाटनी

आणि

ननिहाल पाटनी कुटुंबीय

(वाशिम) यांना

ज्यांनी

जीवनमूल्ये शिकवली.

मनोगत

स्वत:च्या आत डोकावताच एक युद्ध सुरू असलेलं दिसतं. एक असं महाभारत ज्यात दोन्ही बाजूंनी डॉ. आलोक सेठीच लढतो आहे. एक, ज्याच्याकडे लेखणी आहे आणि जो शब्दांवर प्रेम करतो. आभाळापर्यंत उंच न्यायची इच्छा असलेली काही निरागस स्वप्नं त्याच्याकडे आहेत, एकान्तात बसून चिक्कार जुनी चित्रपट गीतं ऐकण्याची त्याला इच्छा आहे, गीत, कविता आणि गझल लिहिण्याची त्याची इच्छा आहे, कविसंमेलन आणि मुशायऱ्यांत रात्री घालवण्याची इच्छा आहे आणि देशभर व जगातही भटकंती करायची इच्छा असलेला एक जण माझ्यात दडला आहे आणि दुसरीकडे एक महत्त्वाकांक्षी उद्योजक आहे. त्याला व्यवसाय सर्वांत वरपर्यंत न्यायचाय. सगळी कामं आणि आर्थिक नियोजनातील त्रुटी काढून टाकून व्यवसायाशी संबंध येणाऱ्या प्रत्येकाला आपल्याशी जोडून घ्यायची इच्छाही आहे. येणाऱ्या पिढ्यांना सुरक्षित, समृद्ध आणि व्यवस्थित वारसा दिला जावा, अशी इच्छा बाळगणारा एक जण माझ्यात आहे.

अशा दोन वेगवेगळ्या व्यक्तिमत्त्वांना एकत्र घेऊन चालताना अनेकदा मला दम लागतो. दोन्ही व्यक्तिमत्त्वं वेळही मागतात आणि झोकून देण्याची वृत्तीही. आयुष्य या संग्रामात लढतंय. ज्या वेळी एक आलोक विजयी होत असतो, तेव्हा दुसरा आलोक पराभूत होत असतो. भोळ्या मनाला दोन्ही आलोकना जिंकताना पाहायची इच्छा आहे आणि ते कायमच तिसरीच वाट शोधत राहतं.

याच विचारात आयुष्य वेगात निघालंय. याच गतीदरम्यान काही दुर्मीळ सहप्रवासी भेटले. काही आजही जवळ आहेत, काही लांब आहेत, तर काही फारच लांब निघून गेले. एकही वैशिष्ट्य नाही, असा माणूस मला कधीच भेटलेला नाही. जगाच्या नजरेत जे अत्यंत सामान्य लोक होते, त्यांचे विचार, मतं आणि त्यांच्याकडून मिळालेली शिकवण अगदी विशेष लोकांपेक्षाही खास होती. संस्कार, ज्ञान आणि बुद्धी काही फक्त सुशिक्षित किंवा श्रीमंत लोकांच्याच बापजाद्यांची नाही. आयुष्यात तुम्हाला कुठे, कोण आणि काय शिकवून जाईल, काही सांगता येत नाही. हे पुस्तक म्हणजे त्या सगळ्या सामान्य लोकांची गोष्ट आहे, जे अगदी थोडक्या गप्पांत माझ्यासारख्या छोट्या माणसाला खूप मोठा विचार देऊन गेले आणि तो मन आणि मेंदूवर कायमचा कोरला गेला. हेच तुमच्यासोबत वाटून घ्यायची इच्छा आहे. सगळे प्रसंग खरे आहेत. बहुतेक तर स्वानुभवच आहेत आणि काही मोठ्या लोकांकडून ऐकलेल्या गोष्टीही आहेत. प्रसंग अत्यंत व्यक्तिगत असल्यामुळे कुणी दुखावलं जाऊ नये, यासाठी नावं आणि ओळख बदलली आहे. तुम्ही आजूबाजूच्या कुठल्याही व्यक्तीचा चेहरा लिखित प्रसंगाला लावून ताडून पाहू शकता. आपल्याच आयुष्यातील कुणीतरी आपल्याला दिलेला हा धडा असल्यासारखंच तुम्हाला हे वाचून वाटेल. तुम्ही तुमच्या आजूबाजूच्या सामान्य माणसातील मोठी गोष्ट पाहू शकलात, तर खऱ्या अर्थानं 'बौने कद के उंचे लोग'चं सार्थक होईल.

■ ***डॉ. आलोक सेठी***

अनुक्रमणिका

रोजचे काम हाच माझा ‘रोजा’!

सूर्य अजून पूर्वेचं दार ठोठवायचा होता. कान्हा-किसलीचं विश्रामगृह अंधारात गुडूप झालं होतं आणि घाबरवणारे आवाज आमचा पाठलाग करत होते. पर्यटक घाईघाईनं चहाचे घुटके घेत होते. घडाळ्याचा काटा पाचवर पोहोचला आणि रखवालदारानं जंगलात जायला बंदी केली तर? वीज नसल्यामुळे कंदिलाचा उजेड आणि पेटलेल्या ज्योतीमुळेच वाट दिसत होती. वेळ जणू धडधडत्या हृदयाची परीक्षाच पाहत होता.

इतक्यात जीपचालक एक वाईट बातमी घेऊन आला, ‘‘टायर पंक्चर आहे.’’

आमच्या प्रत्येकाच्या चेहऱ्यावर प्रश्नचिन्ह उमटलं. ‘‘आता काय करायचं? पंक्चर कुठं निघेल?’’ विश्रामगृहाचा वृद्ध रखवालदार म्हणाला, ‘‘सलाम चाचा देतील करून दुरुस्त. आत गावात राहतात. प्रयत्न करून पाहा; पण आत्ता रात्र आहे. काय माहीत काम होईल, की नाही?’’

अंधार पार करत आम्ही ‘सलाम टायर वर्क्स’पाशी पोहोचलो. जरा हिंमत करूनच हाक मारली, ‘‘चाचा ओ चाचा!’’

आतून एका वृद्ध व्यक्तीची; पण अगदी स्वच्छ हाक ऐकू आली, ‘‘कोण आहे, बेटा?’’

मी म्हणालो, ‘‘बाहेरचे पर्यटक आहेत चाचा. पंक्चर झालंय टायर.’’

‘‘ठीक आहे, करतो की,’’ एका हातात चिमणीचा दिवा आणि दुसऱ्या हातानं डोळे चोळत चाचा बाहेर आले. पांढरे केस, कमरेत वाकलेले, जुनी लुंगी आणि फाटका कुर्ता घातलेल्या चाचांना वयाने अगदी आयुष्याच्या शेवटच्या पायरीवर ढकलून दिल्याचं दिसत होतं.

ते म्हणाले, ‘‘घाबरू नको बेटा, माझ्याकडे कंप्रेसरच्या टँकमध्ये हवा पूर्ण भरलेली आहे.’’ ते पंक्चर काढत होते आणि मला वाटत होतं, की आजचं सगळं नियोजन फिसकटलं म्हणून. दोन्ही टायरमध्ये हवा भरली गेली आणि चाचांनी पान्हा मारल्यावर ‘ठण्’ करून आवाज आला. हवेनं ‘टम्म’ फुगलेल्या टायरकडे बघून समाधान वाटलं. उषेच्या चेहऱ्यावर रविकिरणांचा लालिमा पसरला, तर आमच्या चेहऱ्यावर उत्साह फुलून आला.

मी शंभर रुपयांची नोट काढून त्यांच्यासमोर धरली.

"आठ रुपये सुट्टे नाहीयेत का?"

मी म्हणालो, "बक्षीस आहे. तुम्ही रात्री माझं काम करून दिलंत."

"मुळीच नाही, मला तर फक्त आठच रुपये हवे आहेत."

"ठेवा चाचा, तुम्ही माझा पूर्ण एक दिवस वाचवलाय. दिवसभर थांबावं लागलं असतं, तर हजारो रुपयांचा खर्च झाला असता. त्या मानाने तर हे फारच कमी आहेत."

चाचा म्हणाले, "बेटा, मी एक मुसलमान माणूस आहे; तरीही मी पाच वेळा नमाज पढण्यासाठी जाऊ शकत नाही. कामामुळे आणि थकव्यामुळे मी रमजानचे रोजेसुद्धा करू शकत नाही. अनाथालयात जाऊन मी अनाथांची सेवाही नाही करू शकत किंवा दानही देऊ शकत नाही. सांगायचा मुद्दा काय, की

आमच्या धर्मात सांगितलेलं सगळ्यात आवश्यक असं एकही काम मी करू शकत नाही. अल्लानं मला पर्यटकांच्या गाड्यांचे पंक्चर काढण्यासाठीच इथं पाठवलंय. हेच माझं काम आहे. माझे रोजचे कष्ट हेच माझे 'रोजा'चे उपवास आहेत. माझी मशीद, माझं नमाज पढणं सगळं काही हेच आहे. इथे बसून मी माझं काम जितक्या प्रामाणिकपणे करीन, तीच माझी प्रार्थना आहे. आठ रुपयांऐवजी मी सव्वाआठ रुपये घेणंसुद्धा माझ्यासाठी फुकटचं खाणं आहे."

चाचा मोलाचे चार शब्द सांगत होते आणि मला वाटत होतं, की जणू कुणी संतच माझ्यासमोर आहे. मी उभ्या उभ्या विचारात पडलो, की चाचा याच जगाचा एक भाग आहेत का, जिथं माणसाची हाव इतकी वाढलेय, की तो माणसाला मारून खायलाही कमी करणार नाही. जिथं घोटाळे आणि नफेखोरीचं कुणालाच काही वाटेनासं झालंय?

■

लाखमोलाची गोष्ट

लक्ष्मी आणि संपत्ती दोन्ही एकच आहेत, असं लोकांना वाटतं. मात्र, असं नाही. हावेपोटी पैसा कमावला जाऊ शकतो, लक्ष्मी नाही. लक्ष्मी नैतिक आणि प्रामाणिक माणसांच्याच घरी निवास करते. आपण लक्ष्मीच्या चित्राकडे नीट पाहिलं, तर लक्षात येईल, की तिच्या आजूबाजूला सोन्याची नाणी विखुरली आहेत; पण ती स्वत: कमलासनावर विराजमान आहे. चिखलातून उगवूनही निष्कलंक आणि डाग नसलेलं असं ते कमळ आहे.

■ मतभेद असू देत, मनभेद नकोत

न्यायालयात गर्दी आणि गजबज नाही, असं कधी झालंय का? तिथली गर्दीच सांगते, की जगात किती शत्रुत्व आहे. खंडवा न्यायालयाची हीच स्थिती होती. पाय ठेवायला जागा नव्हती. चेहऱ्यावर ताण आणि वैताग असलेले ढीगभर पक्षकार आणि त्यांच्यापेक्षाही जास्त वकील. पटेल काका खंडव्याजवळील एका गावातील प्रभावशाली व्यक्ती होते आणि माझ्याशी त्यांचे स्नेहपूर्ण संबंध होते. त्यांच्या मुलीच्या खटल्याच्या निकालाचा दिवस होता, मनाचा थरकाप होत होता म्हणून मला आधाराचा खांदा करून ते सोबत घेऊन गेले. गेल्याच वर्षी त्यांच्या एकुलत्या एका मुलीचे लग्न झाले होते. मुलाच्या हृदयात छिद्र होते. मात्र, मुलाकडच्यांनी याबाबत ताकास तूर लागू दिला नाही. लग्न लागले. मुलगी सासरी गेल्यावर रहस्य समोर आले. डॉक्टरांना विचारले, तेव्हा त्यांनी सरळ सांगून टाकलं, की दोन-चार वर्षांपेक्षा जास्त जगणं अवघड आहे. शेवटी पटेल काकांनी काळजावर दगड ठेवून मुलीच्या घटस्फोटासाठी अर्ज केला. दोन्ही बाजूंनी तुंबळ वादविवाद झाले. एकमेकांच्या नजरेसमोर येणेही बंद झाले. पटेल काकांच्या बाजूने निकाल लागला. आम्हाला याचा अंदाज होताच. घटस्फोटाला मान्यता दिली गेली. मुलाकडच्यांचे चेहरे पांढरेफटक झाले. आता पटेल काकांच्या कुटुंबीयांना खरे तर जल्लोष करायला हवा होता; पण त्या दिवशी जे काही घडले, ते यापूर्वी क्वचितच कधी घडले असेल.

पटेल काका अचानक आपल्या सग्यासोयऱ्यांतून उठले आणि समोरच्या गर्दीत जायला निघाले. जावयासमोर त्यांनी हात जोडले, त्याच्या आई-वडिलांच्या पाया पडले आणि हात जोडून उभे राहिले. डोळ्यांना अश्रूंची अगदी धार लागली होती आणि आवाज भरून आला होता. स्वत:ला त्यांनी सावरले आणि म्हणाले, ‘‘जावई आणि मुलीचा प्रवास इथपर्यंतचाच होता. या न्यायालयीन प्रकरणात माझ्याकडून आणि माझ्या कुटुंबीयांकडून काहीही चुका झाल्या असतील, तरी त्यासाठी मी तुमची क्षमा मागतो. या म्हाताऱ्या बापाची एक शेवटची विनंती मान्य करा. न्यायालयाने भलेही घटस्फोटाला मंजुरी दिलेली असू देत; पण किमान आज दिवसभर हे आमचे जावई आहेत आणि तुम्ही आमचे सोयरे. घरात जेवण तयार आहे. जावई आणि तुमचे कुटुंबीय यांच्यासाठी माझ्या पत्नीने काही

कपडे आणलेत. ते घालून आमच्यावर उपकार करा. आपला घटस्फोट वगैरे सगळं उद्यापासून.''

मुलाच्या वडिलांचे डोळेही भरून आले. त्यांनी पटेल काकांना घट्ट मिठी मारली. सगळा वैरभाव आसवांमध्ये वाहून गेला. थोड्याच वेळात दोन्ही कुटुंबीय सोबत निघाले आणि माझ्या आधाराला आले बशीर बद्र यांचे शब्द

आप भी आइए, हमको भी बुलाते रहिए ।

दोस्ती जुर्म नहीं, दोस्त बनाते रहिए ।

दुश्मनी लाख सही, खत्म न कीजे रिश्ता

दिल मिले न मिले, हाथ मिलाते रहिए ।

■

लाखमोलाची गोष्ट

आयुष्य खेळीमेळीने जगण्यानेच जीवन समृद्ध होते.

■ आदर दुणावला

सकाळी घरातून निघायला उशीर झाला होता, त्यामुळे गाडी जरा वेगातच होती. बघतो तर हे काय, भैयाजींच्या कार्यालयाबाहेर इतकी गर्दी? एकदा वाटलं, 'जाऊ दे, आधीच उशीर झालाय, सटकावं पुढे;' पण ते योग्य ठरलं नसतं. जवळच थांबलेल्या एका ओळखीच्या व्यक्तीला विचारलं, "काय झालंय?" त्याने कानाजवळ येऊन सांगितलं, "जागा आणि कार्यालयाची केस भैयाजी हरलेत. घरमालक कुर्की आदेश घेऊन आलाय आणि अनेक विनंत्या करूनही एक दिवसाचीसुद्धा मुदत ते देत नाहीयेत." भैयाजी हात जोडून विनंती करीत असलेले मीही पाहिले आणि खुर्चीवर बसलेला म्हातारा घरमालक दया दाखवण्याऐवजी बरं-वाईट बोलतच चालला होता. न्यायालयातील कोतवाल आणि पोलीससुद्धा त्याचीच बाजू घेत होते. "सामान काढताय बाहेर, की आम्हीच उचलून फेकून देऊ?"

भैयाजींचा प्रभाव, मान आणि दराराच लोकांनी पाहिला होता, त्यांनी अशा तऱ्हेने दयेची भीक मागणं आणि घरमालकाचा निष्ठुरपणा पाहून उपस्थित प्रत्येकाचं हृदय द्रवलं होतं. दुसरीकडे भैयाजींविषयी जळजळ असणारेही घरमालकाला भडकवत होते, "तासाभराचीसुद्धा सवलत देऊ नका. नाही तर नंतर जोडे झिजवावे लागतील यांच्यापुढे आणि जागाही सोडणार नाहीत." घरमालक चांगलाच तापला होता, "जग इकडचे तिकडे होऊ दे; मी आता क्षणभराचीही सवलत देणार नाही."

तितक्यात भैयाजींचा मुलगा आला. बाइक बाजूला उभी करून सगळा प्रकार समजून घेतला. वडिलांना बाजूला नेऊन त्यांच्या कानात काहीतरी खुसपुसला आणि नंतर घरमालकाजवळ गेला. दोन्ही हात जोडून म्हणाला, 'काका, माझ्याकडे पाहा. मी तुम्हाला खात्री देतो, की आम्ही तीन दिवसांत घर सोडतो." घरमालकावर तर जणू काही कुणी जादूची कांडीच फिरवल्यासारखा त्याचा चेहरा बदलला. तो जरा नरमला. खुर्चीतून उठून उभा राहिला आणि नंतर तो जे बोलला, ते एखाद्या अमृतवाणीपेक्षा जराही कमी नव्हतं.

घरमालक आमच्याकडे तोंड करून म्हणाला, "हा मुलगा आणि मी गेल्या आठ वर्षांपासून प्रत्येक महिन्याला या प्रकरणाबाबत न्यायालयात भेटतो. कोर्टात जाताना कित्येक वेळा हा मुलगा 'प्रकाश टॉकीज'समोर मला भेटला आहे. काही

वेळा तर आम्ही एकाच टेम्पोत असायचो. मी पैसे काढायचो, तोपर्यंत हा दोघांचे पैसे देऊनही टाकायचा आणि वाहकाला म्हणायचा, की हे काका माझ्यासोबत आहेत. मी खरे तर याच्याविरोधात केस लढत होतो; पण याने कधीही माझा आदर उणावेल, असे काहीही केले नाही.'' आता ते मुलाकडे पाहून म्हणाले, ''मुला, तुझे टेम्पोच्या आठ-आठ आण्यांचे कर्ज आहे माझ्यावर. घाबरू नको. तीन नाही, सात दिवस दिले तुला; पण पोरा, बघ हं नंतर माझं लोकांसमोर हसं व्हायला नको, सात दिवसांत घर नक्की सोड बाबा.''

एखाद्याला सहजच दिलेला आदरही कसा दुपटीने परत मिळतो, हे तर मी अगदी प्रत्यक्षात पाहत होतो.

■

लाखमोलाची गोष्ट

कित्येकदा आपल्या मनातली ज्योत विझून जाते. अशा अंधारातही जो आपल्याला प्रकाशाची वाट दाखवतो, त्याचे आपण आभार मानले पाहिजेत.

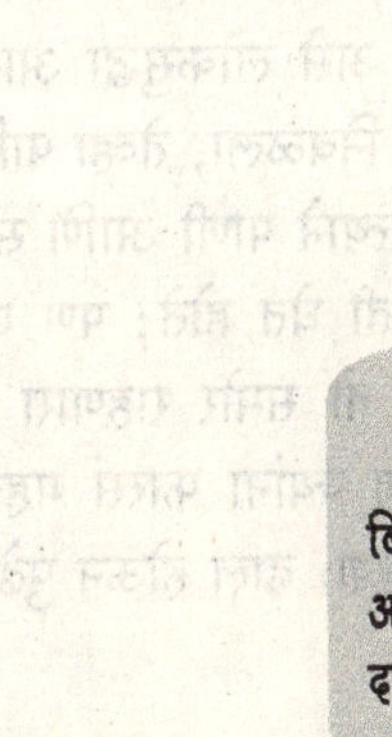

■ संकटातली ढाल

त्याने दुकानासमोरील घर भाड्याने घेतले होते. 'रात्री सत्यनारायणाची कथा-कीर्तन होणार आहे, तेव्हा नक्की या,' असे आमंत्रण द्यायला तो आला होता. एरवी मी आमंत्रण दिल्यावर शक्यतो प्रत्येक जागी नक्की जाऊन येतो; पण त्या दिवशी विसरलो. दुसऱ्या दिवशी तो नैवेद्य घेऊन दुकानात आला, ''तुम्ही काल आला नाहीत.'' मी ''सॉरी'' म्हटलं. तो म्हणाला, ''काही हरकत नाही. आज दुपारी चहाला या.'' तो बोलवत राहिला आणि मी पुन्हा जाऊ शकलो नाही. कधी कामाच्या व्यग्रतेमुळे, तर कधी बेपर्वाईमुळे.

एका रात्री दुकानाला आग लागली. पाहता पाहता आग पसरली. सगळी गल्ली दुकानापाशी जमली आणि प्रत्येक जण जीवानिशी आग विझवायचा प्रयत्न करीत होता. काहींना तर मी कधी पाहिलंही नव्हतं, असे लोकसुद्धा आगीवर पाणी मारत होते. आग आटोक्यात आली आणि ताण निवळला, तेव्हा पाहिलं, तर एक माणूस सगळ्यांना गेल्या चार तासांपासून सातत्याने पाणी आणि सरबत आणून देत होता. लोक दमून बसले, की जरा विश्रांती घेत होते; पण एकच माणूस तिथे जराही न दमता सतत पाणी देत होता. तो समोर राहणारा तोच भाडेकरू होता, तेव्हा वाटलं, की काही वेळा आपण ज्यांना फारसं महत्त्वही देत नाही, ते प्रत्यक्षात एखाद्या मोठ्या संकटातही अक्षरशः ढाल होऊन पुढे उभे राहतात.

■

लाखमोलाची गोष्ट

चालणारा मित्र आहे की शत्रू, याचा विचार न करता वाटेतून कुणीही गेला, तरी फूल फक्त सुगंधाची उधळण करते. श्वासात सुवास भरून घेणारा कोण आहे, याचा विचारच फुलाच्या मनाला शिवत नाही. आपण कुसुम नाही झालो, तर किमान पुष्पवाटप करणारे हात तरी होऊ शकतो. जे दुसऱ्यांवर सुमनसुगंधाची पखरण करतात, त्यांचे हात सदा सुगंधी राहतात.

■ 'नाही' म्हणण्याआधी...

मोजकी साधनं आणि अमर्याद उत्साहात टायरचं दुकान तर सुरू केलं; पण पैसे कमी असल्यामुळे प्रत्येक क्षणी मनात किंतु असायचाच. दुरुस्ती करायला येणारे खूप जण होते; पण टायरच नव्हते स्टॉकमध्ये. ज्येष्ठ महिन्यातील दुपार होती. सूर्य आग ओकत होता. रस्ते ओकेबोके होते आणि वातावरण आळसावले होते. दुकानात एकटाच बसून मी रुमालाने घाम टिपत होतो, इतक्यात एक कार येऊन थांबली. त्यातून शहरातील एक मोठे उद्योजक आणि आधीपासून ओळखीचे एक जण उतरले. म्हणाले, ''पोरा, आपल्या कारचे टायर मिळतील का?'' मी म्हणालो, ''माफ करा. काम आत्ताच सुरू केलंय, त्यामुळे कारचे टायर ठेवणं शक्य नाही झालेलं अजून. तुमची इंदूरमध्ये चांगली ओळख आहे. तिथूनच घ्या मागवून.''

ते माझ्याजवळ येऊन बसले आणि उजवा हात माझ्या खांद्यावर ठेवून म्हणाले, ''अरे, इंदूरहून टायर मागवणं ही माझ्यासाठी अगदीच सोपी गोष्ट आहे; पण मी टायर तुझ्याकडूनच घेणार आणि तूच मला इंदूरहून मागवून द्यायचे. हे घे ॲडव्हान्स. पोरा, अरे टायर व्यवसायात तुला पुढे जायचं असेल, तर आयुष्यभर एक गोष्ट लक्षात ठेव. कुणीही ग्राहक असू दे, कितीही आकाराचा टायर मागू दे... तोंडून 'नाही' जाता कामा नये.''

या घटनेला आणि त्या व्यक्तीचे निधन होऊनही आता बरीच वर्षे झाली; पण आजही कुठल्याही ग्राहकाला 'नाही' म्हणण्यापूर्वी त्यांचा चेहरा डोळ्यांसमोर तरळतो आणि त्यांचा खांद्यावरील विश्वासाचा स्पर्शही जाणवतो.

■

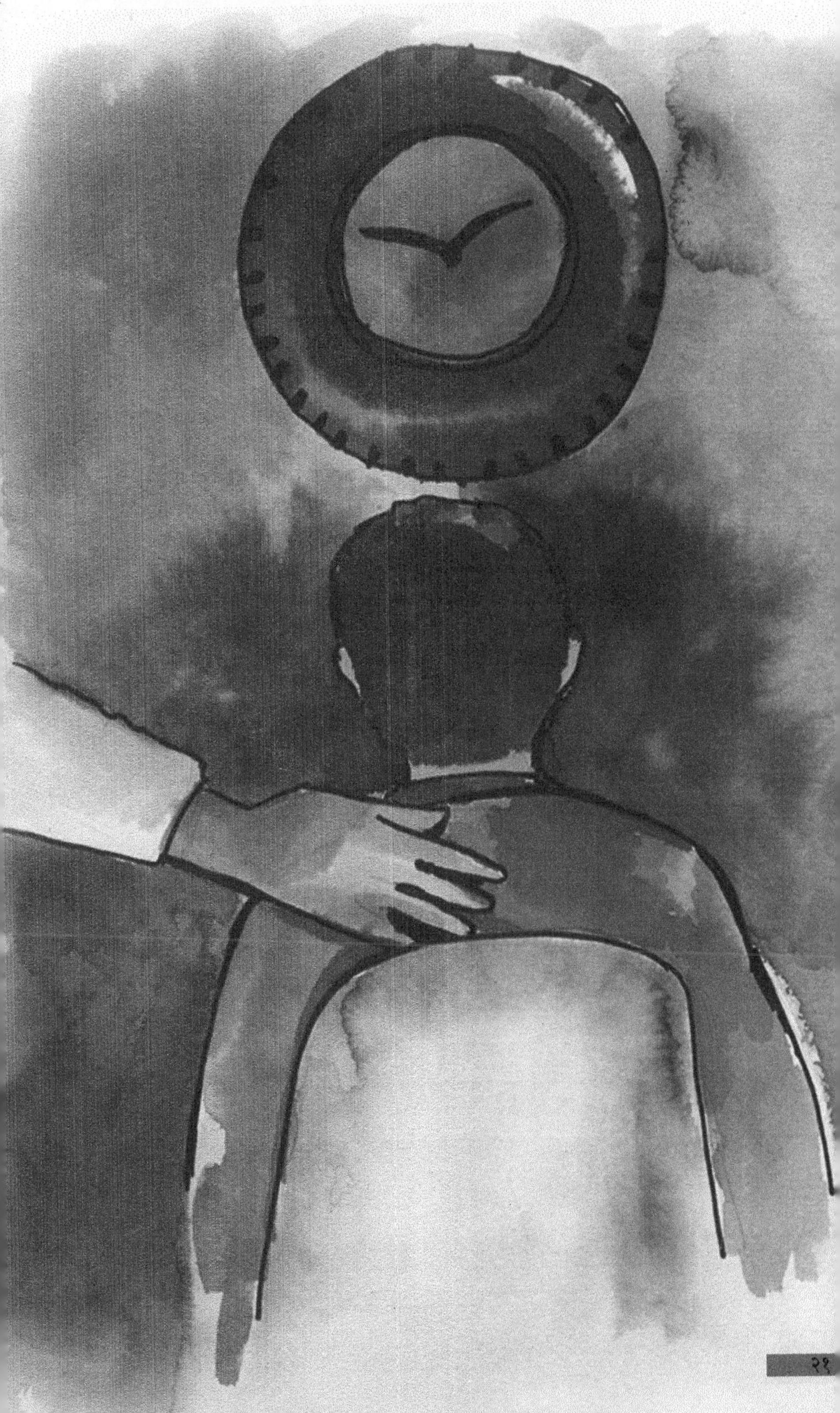

लाखमोलाची गोष्ट

सामर्थ्यापेक्षाही आपल्या मर्यादा ओळखणं जास्त गरजेचं आहे आणि त्या फक्त ओळखणं पुरेसं नाही, तर त्या नम्रपणे मान्य करून त्या सुधारण्यासाठी प्रयत्न करणंही तितकंच आवश्यक आहे. आपल्याकडे दोन डोळे आणि एकच जीभ आहे म्हणजेच दोनदा बघून एकदा बोलण्यासाठी. दोन कान आणि एक तोंड आहे; कारण बोलण्यापेक्षा जास्त ऐकावं म्हणून. खाण्यापेक्षा दुप्पट काम करावं म्हणून दोन हात आणि एक पोट आहे.

■ चहा–पोहे

प्रचंड श्रीमंत कुटुंब होतं. मोठं आणि एकत्र. मान, सन्मान, धन–धान्य प्रत्येक बाबतीत समृद्धी. घरातल्या धाकट्या भावाच्या मुलासाठी मुलगी पाहायला जायचं होतं. तयारी झाली. जाणाऱ्यांची यादीही तयार झाली. सगळे समजावायला लागले, तरीही मुलाचे वडील जायला तयार नव्हते. सगळ्यांनी अक्षरशः हात टेकले, तेव्हा त्यांना न जाण्याचं कारण विचारलं.

ते म्हणाले, ''मुलीच्या आई–वडिलांनी किती स्वप्नं पाहिली असतील, चांगल्या संस्कारातही काही कमी केलं नसेल. चर्चेनंतर किती स्वप्नं घेऊन मुलगी आपल्यासमोर येईल. बाजारातील एखादी वस्तू पटली नाही म्हणून नको म्हणण्यासारखं, जर त्या मुलीला बघितल्यावर कुठल्याही कारणासाठी नकार द्यावा लागला, तर मी स्वतःला तोंड कसं दाखवू? देवानं मला इतकं बळ दिलेलं नाही.''

■

लाखमोलाची गोष्ट

आयुष्याकडे बघण्याचा तुमचा दृष्टिकोन
दोन गोष्टींवरून स्पष्ट होतो.
एक - जेव्हा तुमच्याकडे काहीच नसतं,
तेव्हा तुम्ही काय करता?
दोन - जेव्हा तुमच्याकडे सगळं काही असतं,
तेव्हा तुम्ही काय विचार करता?
हे तर अगदी सरळ आहे, की माणसाचं चरित्र त्याच्या
गरिबीवरून नाही, तर त्याच्या श्रीमंतीवरून ठरतं.

प्रेमाची तुलना नाही

त्या म्हाताऱ्या विधवेला सगळेच जण मावशी म्हणायचे. तिची मुलं कुठे परगावी राहायची; पण खंडवा आणि त्याच्या आजूबाजूच्या परिसरातील शेतीतच तिचं मन रमायचं. सुरुवातीला ती टांग्याने शेतावर ये-जा करायची. शेजारच्या मुलाने एक जुना टेम्पो खरेदी केला आणि गावात नेऊ लागला, तेव्हापासून मावशीलाही शेतात जायचं नवं वाहन मिळालं. गावात जायला मावशी रस्त्यावर येऊन थांबली, की टेम्पोवाला तिला आदराने टेम्पोत बसवून शेतावर सोडत असे. पैसे देऊ लागली, की फक्त हात जोडून म्हणायचा, ''मावशी, तुमच्यासमोरच तर खेळत मोठे झालो. तुमच्याकडून कसले पैसे घ्यायचे?''- मावशीने कितीही वेळा देऊ केले, तरी तो पैसे मुळीच घेत नसे.

यंदा मावशीच्या शेतातली झाडं आंब्यांनी अक्षरशः लगडली. गावी गेली, की चार-पाच किलो घेऊन येत असे आणि टेम्पोवाल्या मुलाला देत असे. आंबे होते, तोवर ती हेच करायची. एक दिवस मावशी गल्लीतून जात असताना एका काकांनी तिला अडवलं आणि विचारलं, ''मावशी, संपत्ती तुमची आहे, मला खरं तर काही बोलण्याचा हक्क नाही; पण मनाला पटत नाही म्हणून बोलतो. - टेम्पोने येण्या-जाण्याचे जेमतेम चार रुपये होतात; पण तुम्ही तर त्या मुलाला २०-३० रुपयांचे आंबे देता. असं का?''

मावशी कठड्याला टेकून बसली आणि आठवणींच्या गुहेत शिरली. पदराने घाम पुसला आणि म्हणाली, ''काका, प्रेमाची तुलना करणारं कुठलंच माप नाही. स्वतःची गरिबी असूनही तो मुलगा काही वेळा माझ्याकडून भाडं घेत नसे, असेही दिवस होते. प्रत्येक वेळी माझ्याकडून पैसे न घेता मला शेतावरून ने-आण करायचा, तेव्हा त्याला माहिती नव्हतं, की मी त्याच्यासाठी शेतावरून आंबे घेऊन येणार आहे. आज माझे दिवस आहेत, तेव्हा काय मी प्रेमाची तुलना स्वस्त, महाग अशी करत बसू?''

मावशीच्या या उत्तरावर सर्व काही ओवाळून टाकावेसे वाटले.

■

लाखमोलाची गोष्ट

प्रेम कायमच विनाकारण असतं. जे सहेतूक प्रेम आहे, ते प्रेम नाहीच. प्रेम देण्या-घेण्याच्या व्यवहारापलीकडचं आहे आणि तेच त्याचं सौंदर्य आहे. या पार्थिव देहावर प्रेम अपार्थिव असा किरण आहे म्हणूनच प्रेमातून भक्तीपर्यंत आणि भक्तीकडून देवापर्यंत पोहोचता येऊ शकतं.

■ कोणते नाते म्हणू हे

टायरच्या नव्या दालनाचं काम सुरू होतं. एका मजूर महिलेसोबत एक पाच-सहा वर्षांचा मुलगा येत असे. ती त्याला कुठेतरी एखाद्या झाडाखाली सावलीत बसवत असे आणि अधेमधे बिस्कीट, पाणी देऊन त्याच्याशी बोलून येत असे. दोघांच्या वयातील फरकाचा अंदाज बांधल्यास सहज लक्षात येत होते, की तो तिचा नातू आहे. एक दिवस मला राहावलं नाही आणि मी विचारलं, ''बाई, कोण आहे हा मुलगा? याचे आई-बाबा याला सांभाळत नाहीत का?'' ती म्हणाली, ''माझ्या मुलाच्या पत्नीचा मुलगा आहे.'' मी म्हटलं, ''हे काय नातं

झालं का?'' ती उसासा टाकत म्हणाली, ''त्याचं काय आहे, की माझ्या मुलाने एका विधवा बाईशी लग्न केलं. तिच्याबरोबर तिचा हा मुलगाही घरी आला. नंतर मात्र दोघांचं पटलं नाही, तेव्हा माझ्या मुलाने दुसरं लग्न केलं. याच्या आईनेही दुसरं लग्न केलं आणि ती गेली; पण दोघांपैकी कुणीही याला नेलं नाही. या लहान मुलाची फरपट मला बघवली नाही, तेव्हापासून हा माझ्याजवळ आहे. कुठल्याही नात्याने असू दे, आहे तर माझा नातूच ना...''

■

लाखमोलाची गोष्ट

सर्जनशील राहा. तुम्ही काय करताय, याची चिंता करू नका. जे काही कराल, ते पूर्ण मन ओतून करा, तेव्हाच तुमचे काम म्हणजे एक प्रार्थना ठरेल. तुम्ही काहीही केलेत, तरी ते पूज्य होईल. तुम्ही सर्जनशील राहिलात, तुम्हाला आनंद झाला, त्यामुळे तुम्ही समाधानी झालात.

▪ पूर्वजांचे निष्ठावान

त्या दिवशी निवांत होतो आणि एका ओळखीच्या मेडिकल शॉपमध्ये बसून गप्पा मारत होतो. दुकान बंद करण्याची वेळ झालीच होती. त्यांनी नोकराला हाक मारून समोरच्या हॉटेलमधून २० पोळ्या आणायला सांगितल्या. मला आश्चर्य वाटलं. ''वहिनी माहेरी गेल्या आहेत का?'' ते म्हणाले, ''नाही.'' ''मग हॉटेलमधून पोळ्या कशासाठी?'' ते म्हणाले, ''असंच.'' मी विचारत राहिलो आणि ते उत्तर टाळत राहिले. जसजसे ते प्रश्न अनुत्तरित ठेवू लागले, तसतशी माझी उत्सुकता वाढत गेली.

मी जेव्हा अगदीच पाठपुरावाच केला, तेव्हा ते म्हणाले, ''या पोळ्या मी घरी घेऊन जातो. घरी पोहोचून गाडी पार्क केली, की गल्लीतील बेवारस कुत्र्यांना आवाज देतो. ते एक-एक करून येतात आणि मी त्यांना पोळ्या खायला घालतो.'' माझ्या डोळ्यांतला पुढचा प्रश्न बघून ते म्हणाले, ''जागतिकीकरणानंतरच्या

जगात लोक विदेशी श्वान पाळतात. या देशी श्वानांना कुणी विचारत नाही. खरं तर हे श्वान त्यांचेच वंशज आहेत, जे आपल्या पूर्वजांशी निष्ठा राखून होते. आपल्या पूर्वजांच्या राखणीसाठी त्यांनी किती शौर्य गाजवलं असेल म्हणून ज्यांचा वाटा आता पूसी आणि ज्युलीकडे गेलाय, त्या शेरू आणि मोतीसाठी मी पोळ्या घेऊन जातो.''

■

लाखमोलाची गोष्ट

आनंद मिळवताना आयुष्य संपत आलं; पण एक दिवस लक्षात आलं, की दुसऱ्यांना आनंद देणारे खरे आनंदी आहेत. ज्या दिवशी तुम्ही आयुष्य मनापासून जगलात, बस... तोच दिवस तुमचा. बाकी सगळ्या तर फक्त दिनदर्शिकेतील (कॅलेंडर) तारखा आहेत.

■ हरण्यातला आनंद

अंधार सरून सूर्य पूर्वेकडून गुलाबी रंगाची पखरण करीत होता. पक्ष्यांचा किलबिलाट आणि कोंबड्यांची बांग ऐकून शहर आळस झटकून टाकत होतं. डोळे चोळत होतं आणि शहर जागं होत होतं. रस्त्यावर एक-दोन लोक होते, तेही मॉर्निंग वॉक करणारे. रोजच्याप्रमाणेच समोरून वडील-मुलाची जोडी येताना दिसली. नेहमीसारखेच वृद्ध वडील पुढे चालले होते आणि मुलगा साधारण दहा पावलं मागे. हे पाहून मला दर वेळी आश्चर्य वाटत असे; पण आज मला राहावलं नाही. प्रश्नाचं उत्तर मिळवायचं असं ठरवून मी हळूहळू मुलाबरोबर चालू लागलो आणि हळूच विचारलं, ''नेहमी बघतो मी. वडील मोठे असूनही तुझ्या पुढे निघून जातात आणि तू तरुण असून, मागे चालत असतोस. असं का?''

तो माझ्या कानाजवळ येऊन म्हणाला, ''माझा वेग किंवा उत्साह मुळीच कमी नाही; पण मी जाणीवपूर्वक मागून चालतो. कारण, वडील आता थकले आहेत, हे मला त्यांना अजिबात जाणवू द्यायचं नाही.''

■

लाखमोलाची गोष्ट

तीन लोकांची आयुष्यभर काळजी घेतली पाहिजे.

१. तुम्ही जिंकावं, यासाठी त्यांनी खूप गोष्टी सोडून दिल्या आहेत, ते वडील.

२. प्रत्येक दुःखात तुम्ही जिला हाक मारली असेल, ती आई.

३. सगळं काही सोडून जिनं तुम्हाला जिंकून घेतलं असेल, ती तुमची सहचारिणी.

■ उपकार

एक अधिकारी होते. त्यांच्या आजोळच्या गावचा एक व्यापारी त्यांच्या कुटुंबाला सतत त्रास द्यायचा. त्याच्यामुळे सगळे त्रस्त झाले होते. ते अधिकारी या परिसरात एसडीएम पदावर आले, तेव्हा त्यांनी वडिलांना सांगितले, की आता मी याला इंगा दाखवतो.

वडिलांनी तातडीने मुलाला थांबवले, "ऐक, असं कधीही करू नकोस. शाळेत असताना तो माझा चांगला मित्र होता. आपल्या समाजात एक रीत आहे, की एखाद्या मुलाचा अकाली मृत्यू झाला, तर त्याला पुरण्यासाठी वडील स्वतःच्या हातात घेऊन जात नाहीत. त्या वेळी दुसऱ्या कुणाला तरी पुढे यावे लागते. अपशकुन मानून लोक असं करायला घाबरतात आणि पुढे येत नाहीत.

तुझ्याआधी घरी एक मूल जन्माला आलं होतं आणि ते गेलं. त्या वेळी शकुन-अपशकुनाची फिकीर न करता या व्यापाऱ्याने वाळलेली फुलं हातात घेऊन या मुलाला कुशीत घेतलं आणि त्यावर अंत्यसंस्कार केले. हे उपकार आयुष्यभर विसरू नको.''

■

लाखमोलाची गोष्ट

काही नाती घड्याळ्याच्या काट्यांसारखी असतात. एकाच घड्याळात असूनही खूप काळ एकमेकांना भेटू शकत नाहीत. फक्त काही क्षणांसाठी भेट झाली, तरीही एकमेकांशी कायमची जोडली जातात.

■ 'त्या'चे आभार

एक वृद्ध गृहस्थ होते... याकूब सेठ. महमूद पहलवान या मित्राबरोबर ते एका गल्लीतून चालले होते. रात्र झाली होती. वीज गायब होती. रस्त्यात सळयांनी भरलेला ट्रक उभा होता. गप्पा मारत दोघं चालले होते. याकूब शेठना अचानक जोरात काही तरी टोचलं. ट्रॉलीत भरलेली सळई त्यांना एका बाजूला लागली. त्यांच्या पायातून रक्त येऊ लागले. दुसऱ्या दिवशी आमची भेट झाली. मी म्हणालो, ''काका, त्या ट्रॉलीवाल्याच्या निष्काळजीपणामुळे तुम्हाला इतकी

मोठी जखम झाली. तुम्ही त्याला हाणलं का नाही तिथेच?'' याकूब सेठ यांनी अल्लाकडे दुवा मागण्यासाठी आकाशाकडे हात केले आणि शांतपणे ते म्हणाले, ''काल त्या ट्रॉलीतील सळयांमुळे मी कदाचित मेलोही असतो. देवाने माझे प्राण वाचवले. त्या ट्रॉलीवाल्याशी भांडण करण्याच्या नादात मी जर अल्लाचे आभार मानायला विसरलो असतो, तर त्या खुदाने मला माफ केलं असतं का?'' ■

लाखमोलाची गोष्ट

आपण दुसऱ्याला त्रास देत असू, तर स्वतःसाठी देवाकडे आनंद मागू शकत नाही. आपण त्रासात असूनही दुसऱ्याला आनंद देत असू, तर स्वतःच्या आनंदाची पर्वा करण्याची गरजच नाही.

■ काम आणि नशीब

खरं तर तो एक पानवाला होता; पण कधीही त्याच्याकडे पान खायला गेलं, की असं वाटायचं, की जणू तो आमची वाटच पाहतो आहे. साहित्यापासून चित्रपटांपर्यंत कुठल्याही विषयावर गप्पा मारायला त्याला फार आवडायचं. कधीही त्याच्याकडे गेलं, तरी गप्पांची मेजवानी झडायचीच. कितीतरी वेळा त्याला सांगितलं, की अरे, उशीर होतो, जरा लवकर पान दे; पण त्याचं बोलणं संपायचंच नाही.

एक दिवस अचानक कर्म आणि नशीब यावर गप्पा सुरू झाल्या. भाग्य आणि कर्तृत्व या विषयावर बोलणं सुरू झालं. मी विचार केला, की आज याचं तत्त्वज्ञान ऐकूच. कमीत कमी नंतर तरी डोकं खाणं बंद करेल. मी विचारलं, "सांग बरं, माणूस मेहनतीनं पुढे जातो, की नशिबाने?" त्याच्या उत्तराने मी थक्क झालो. माझ्या डोक्यातली जळमटं साफ झाली.

तो सांगू लागला, ''कुठल्या तरी बँकेत तुमचा लॉकर तर असेलच ना. त्याच्या किल्ल्याच या प्रश्नाचं उत्तर आहेत. एक आपल्याकडे असते, तर एक व्यवस्थापकाकडे. आपल्याकडची किल्ली परिश्रमाची, तर व्यवस्थापकाकडची किल्ली नशिबाची आहे. दोन्ही चाव्या एकत्र लावल्या जाणार नाहीत, तोपर्यंत कुलूप उघडू शकत नाही. तुम्ही कर्मयोगी पुरुष आहात आणि व्यवस्थापक देव. आपण आपली किल्ली लॉकरला लावत राहिलं पाहिजे. कोण जाणो तो 'आकाशातला बाप' कधी आपलीही किल्ली लॉकरला लावेल. देव आपली नशिबाची किल्ली लावत असायचा आणि आपल्याकडून परिश्रमाची किल्ली लावायची राहायची आणि त्यामुळे कुलूप उघडायचं नाही, असं नको व्हायला.''

■

लाखमोलाची गोष्ट

दोनच अक्षरांचे 'लक', अडीच अक्षरांचे 'भाग्य', तीन अक्षरांचे 'नशीब' आणि साडेतीन अक्षरांचे 'किस्मत'... 'मेहनत' या चार अक्षरांपेक्षा ही सगळी अक्षरे लहान आहेत.

■ साइड इफेक्ट

उद्योगाबरोबरच ते कायम सामाजिक कार्यांतही अग्रेसर होते. आजच्या घडीला लग्नसोहळे, मध्यस्थी करणारे लोकच कमी झाले आहेत. स्वत:ची संपत्ती आणि वेळ देऊन जोड्या जमवण्यात त्यांना मात्र आनंद मिळायचा. साखरपुड्यानंतर लग्नसोहळ्याच्या तयारीची जबाबदारी स्वीकारण्यातही ते कधी मागे हटले नाहीत. बसल्या बसल्या गप्पा सुरू झाल्या. मी म्हणालो, ''बरं का, तुम्ही हवं तर माझं डोकं उडवा; पण माझा अनुभव असा आहे, की आपल्यामागे लोक शिव्याच देतात; निंदानालस्ती करतात.'' ते म्हणाले, ''तुला काय वाटलं, की मला हे काही माहिती नसेल?'' ''मग तुम्ही या जबाबदाऱ्या कशाला घेता?'' ते सांगायला लागले, ''परोपकार केल्यावर बदनामीही होतेच; पण तुम्ही

मला एक सांगा, की कुठल्या कामाचे साइड इफेक्ट नाहीत? कार किंवा बाइक चालवताना अपघात होऊ शकतो; म्हणून आपण गाड्या चालवणं बंद करायचं का? उद्योग, व्यवसाय वाढल्यावर दुसऱ्याच्या नजरेत आलं, की प्राप्तिकर विभागाकडून छापा घातला जाऊ शकतो म्हणून उद्योगधंदे बंदच करायचे का? आपल्या फायद्याची जी कामं आहेत, त्याचे 'साइड इफेक्ट' माहिती असूनसुद्धा आपण ती करतो, हेच खरं सत्य. मात्र, सामाजिक जबाबदाऱ्यांबाबत बदनामीच्या भीतीचा बहाणा करून आपण त्यातून स्वतःची सुटका करून घेतो, इतकंच.'' या उत्तरानं मला अगदी पूर्ण निरुत्तर केलं.

■

लाखमोलाची गोष्ट

आयुष्य छोटं आहे, असं नव्हे; पण आपण जगणंच फार उशिरा सुरू करतो. याचसाठी लोकांच्या उपयोगी पडत राहा, आपोआप मोठे व्हाल.

■ माणूस नक्की कसा?

व्यवसायाचे अगदी सुरुवातीचे दिवस होते आणि हाताशी अतिशय कमी साधनं उपलब्ध होती. व्यवसाय चांगला सुरू झाला आणि सातत्यानं वाढत गेला. मात्र, त्यासोबतच पैशांचा प्रश्नही मोठा झाला. बँकांचे खेटे घातले; पण तिथं काही घडू शकलं नाही.

इतक्यात एका हितचिंतकानं माझ्यासाठी शब्द टाकला आणि मला सांगितलं, की एका अधिकाऱ्याशी माझं बोलणं झालंय आणि रविवारी त्यांच्या घरी पेपर घेऊन जा, काम होईल. साहेबांसाठी खर्चायला थोडे पैसेही हाताशी ठेव. एकेका रुपयाची अडचण होती, त्यामुळे हात-पाय थरथरू लागले; पण मरायला टेकलेला काहीही करू शकतो. पूर्ण तयारीने ठरलेल्या वेळी त्यांच्या घरी गेलो. साहेबांनी रोख रक्कम घेतली आणि दोन दिवसांत काम केलं.

काही महिन्यांनी एक साहेब अचानक दुकानावर आले. इतका मोठा अधिकारी माझ्या इतक्या लहानशा दुकानात कसा काय, याचं मला आश्चर्य वाटलं. आत येताच म्हणाले, ''अरे, माझ्या कारची ट्यूब खराब झाली आहे. एक दे बरं जरा.'' ट्यूब मी त्यांच्याकडे दिली. त्यांनी पैशांचं विचारलं. हात

जोडून मी विचारलं, ''साहेब, तुमच्या कृपेनंच हे दुकान सुरू आहे. आमच्यासाठी एक-एक रुपया जमवणं म्हणजे एक-एक लाख रुपयांसारखं होतं, तेव्हा तुम्ही आमचं कर्ज स्वीकारलं. मी तुमच्याकडून ट्यूबचे पैसे नाही घेऊ शकत.''

ते ताडकन खुर्चीवरून उठले आणि म्हणाले, ''इतर ग्राहकांकडून घेता, तितकेच तुम्ही माझ्याकडून अगदी पूर्ण पैसे घेणार आहात. कुठलीही विशेष सवलत नाही. मी कर्ज देण्यासाठी तुमच्याकडून पैसे घेतले होते ना? मी तुमचं काम फुकटात केलं का? माझी एक थिअरी आहे, मी प्रत्येक कामासाठी पैसे घेतो; पण कुणाकडूनही एक रुपयाचंही काम मोफत करून घेत नाही,'' असं सांगून ते ट्यूबचे पूर्ण पैसे देऊनच पुढे गेले.

त्या अधिकाऱ्याला मी भ्रष्ट समजायचं की प्रामाणिक, हे मला आजही कळलेलं नाही. भ्रष्टाचार केला म्हणून शिव्या देऊ की व्यवहारातील नैतिकतेबद्दल शाबासकी? अशा वेळी पुन्हा पुन्हा निदा फाजली आठवतात...

हर आदमी में होते है दस-बीस आदमी
जिसको भी देखना, कई बार देखना ।

■

लाखमोलाची गोष्ट

एकदा तुम्हाला काटा काय बोचला, तर तुम्ही गुलाबांचाच तिरस्कार करायला सुरुवात केली, एक स्वप्न अपूर्ण राहिलं म्हणून स्वप्नच बघणं सोडलं, एक प्रार्थना ऐकली गेली नाही म्हणून तुम्ही प्रार्थना करणंच सोडलं किंवा एका मित्रानं विश्वासघात केला म्हणून तुम्ही मित्रांवर विश्वास ठेवणंच सोडलंत, तर तो वेडेपणा ठरेल. आणखी एकदा प्रयत्न करून पाहा. कदाचित, सूर्य उगवण्यापूर्वीची ही एक छोटीशीच रात्र असेल.

...म्हणून ते मोठे आहेत

मुख्यमंत्री थांबल्यामुळे सर्किट हाउसमध्ये मोठमोठ्या लोकांचा गराडा होता. रात्री थांबून ते सकाळी निघणार होते. हेलिपॅडवर विमान तयार होतं. त्यांना निघायला आधीच उशीर झाला होता; पण कार्यकर्ते आणि अधिकारी पुन्हा पुन्हा थांबवून घेत होते. कसेबसे ते गर्दी लोटून बाहेर आले आणि गाडीत बसले. सगळे तयारच होते, सायरन वाजू लागला. कलेक्टर, एसपीसुद्धा मागच्या गाड्यांत बसले.

सरकारी ताफा दोन पावलंही पुढे गेला नसेल, इतक्यात मुख्यमंत्र्यांनी चालकाला गाडी थांबवायला सांगितलं. सगळा ताफा जिथल्या तिथे थांबला. प्रशासकीय मंडळींचं धाबं दणाणलं. काय झालं? मुख्यमंत्र्यांनी खिडकीतून बाहेर पाहिलं आणि विचारलं, ''ते सर्किट हाउसवाले दादा आहेत ना? काय नाव आहे त्यांचं? हा... रामखिलावन. बोलवा जरा त्यांना.''

दादांच्या आधीच पीडब्ल्यूडीचे ईई आले आणि त्यांनी वाकून विचारलं, ''राजा साहेब, काय चूक झाली त्याची?'' तिथे तेवढ्यात दादाही पोहोचले. मुख्यमंत्र्यांनी पाकिटातून पाचशे रुपयांची नोट काढली आणि दादांकडे देऊन

म्हणाले, ''रामखिलावन, खूप चांगली सेवा करता तुम्ही. अशीच सगळ्यांची काळजी घ्या.'' 'ईई'कडे वळून म्हणाले, ''सेवाभावी वृत्तीचा माणूस आहे. लक्ष ठेवा, याला काही कमी पडू देऊ नका.'' दादांच्या डोळ्यांतून आनंदाश्रू वाहू लागले. एव्हाना मुख्यमंत्र्यांच्या ताफ्यातील गाड्यांनी वेग घेतला होता. ■

लाखमोलाची गोष्ट

लोक म्हणतात, की मोठे लोक आहेत म्हणून उदार आहेत; पण असं नसतं. ते उदार आहेत म्हणून ते मोठे आहेत. तुम्हाला आनंदी राहायचं असेल, तर तुम्ही दुसऱ्याला आनंद होईल, असं वागायला हवं. तुम्हाला श्रीमंत व्हायचं असेल, तर आजूबाजूच्यांनाही श्रीमंत करा.

■ क्षमा वीरस्य भूषणम्

उन्हाळ्याच्या सुट्टीत मामांकडे मजा येत होती. रात्रीच्या तिसऱ्या प्रहरी शांतता भेदणारा आवाज आला, 'चोर... चोर, पकडा... पकडा...'

हॉलमध्ये झोपलेली सगळी मुलं जागी झाली. बाहेर येऊन पाहिलं, तर हवालदारानं एका चोराला पकडलं होतं. तो भिंत ओलांडून घरात घुसण्याचा प्रयत्न करीत असल्याचं कळलं. मामा, हवालदार आणि तीन-चार लोक त्याला पोलीस चौकीत घेऊन गेले. मीही गेलो.

मामाला बघून चौकीतला पोलीस अधिकारी उठून उभा राहिला, तेव्हा मला मामाचं वजन कळलं. त्यानं नेमकं काय झालंय, ते समजून घेऊन दोन कानाखाली लगावून त्या चोराला कोपऱ्यात बसवून ठेवलं. बल्बच्या प्रकाशात त्याचा चेहरा नीट दिसत होता. मोठी दाढी, विस्कटलेले केस, फाटका बनियन, ढगळा पायजमा, अडनिडं वय. मार पडेल, या भीतीनंही असेल; पण तो थरथरत

बसला होता. पोलीस अधिकाऱ्याने मामा आणि आमच्यासाठी चहा मागवला आणि म्हणाला, ''तुम्ही चहा प्या. मी बरोबर बघतो याच्याकडे.''

सगळ्यांना चहा दिल्यावर मामा म्हणाला, की एक कप यालाही (चोराला) द्या. पोलीस अधिकारी जरा अस्वस्थ झाला. म्हणाला, ''भाऊ, हे काय करताय?'' मामा म्हणाला, ''हे बघ, तोसुद्धा शेवटी एक माणूसच आहे ना आणि कोण स्वतःच्या आनंदासाठी चोरी करतं? याला मारणं आणि सरळ करणं माझ्या प्रतिष्ठेला शोभत नाही म्हणून तुमच्यासमोर उभा केलाय. माझं तुम्हाला एकच सांगणं आहे, की याला रात्रभर बसवून सोडून द्या आणि हो... मारू नका.''

त्या क्षणी मला माझा मामा म्हणजे साक्षात देवच वाटला. देवाचा असा अवतार, जो स्वतःचा अपमान होऊनही दुसऱ्याला क्षमा करतो. ■

लाखमोलाची गोष्ट

'क्षमा' हा शब्दच त्याचा अर्थ पुरेसा स्पष्ट करणारा आहे. हा शब्द 'क्ष' आणि 'मा' या दोन अक्षरांपासून तयार होतो. रेषांच्या गाठी घातल्याशिवाय 'क्ष' तयारच होत नाही आणि 'मा'इतकं सरळ अक्षर दुसरं कुठलंच नाही.

■ आयुष्य मोठे असेल, तर मुलगा कर्तृत्ववान असू दे

ऑगस्टचा शेवटचा आठवडा सुरू होता. बाहेर पावसाची रिपरिप सुरू होती. वातावरण आनंदी असलं, तरी मन उदास होतं. एबी रस्त्यावरील पळणाऱ्या वाहनांच्या गर्दीतही मनात एक विचित्र एकाकीपणा दाटला होता. ७७ वर्षांच्या आयुष्यात बाबा पहिल्यांदाच रुग्णालयात दाखल झाले होते आणि तेही थेट आयसीयूत.

आयसीयूमध्ये ते एकटेच कसे पडून असतील, हा विचार करून त्रास होत होता. इंदूरच्या त्या रुग्णालयात भेटणाऱ्यांची रांग लागली होती. नैराश्य, ताण आणि डोळ्यांतील अश्रूंना बाजूला सारून प्रत्येक येणाऱ्या-जाणाऱ्याला हसून सामोरं जावं लागत होतं. काही जण मध्येच येऊन पाठीवर शाबासकी देऊन जात होते, की खंडव्यातून थेट इंदूरला आणून रात्रंदिवस सेवाशुश्रूषा करणारी तुमच्यासारखी मुलं वडिलांना मिळाली, हे त्यांचं भाग्यच आहे. वडिलांसाठी काही करता येतंय, याचाच एक त्यातल्या त्यात आनंद होता.

रात्रीचे दहा वाजले होते. भेटायला आलेले लोक निघून गेले होते. पाय मोकळे करण्यासाठी जरा फाटकापाशी आलो. इतक्यात माझी नजर एका जीपवर गेली. साधारण ५० वर्षांचा एक गृहस्थ वृद्ध महिलेला आधार देऊन जीपमधून सावकाश खाली उतरवत होता. बहुधा, ते दोघे आई आणि मुलगा होते. त्याला बघून तीन-चार वॉर्डबॉय आणि रखवालदार एकत्र आले. रुग्णालयाचे कर्मचारी बहुधा त्याला आधीपासून ओळखत होते. सगळे त्यांना लिफ्टने वर नेऊ लागले. मलाही वर जायचंच होतं, त्यांच्याबरोबरच गेलो. त्या वृद्धा डायलिसिससाठी गेल्या आणि वॉर्डबॉयसोबत मुलगा प्रतीक्षालयात माझ्याबरोबर बसला.

"कुठून आलात तुम्ही?" ते काही बोलणार इतक्यात माझ्याही ओळखीचा झालेला वॉर्डबॉय महेश एकसलग सांगू लागला, "भाऊ, हे काका उज्जैन शहरातून आले आहेत. त्या बाई म्हणजे यांची आई आहे. हे मोटर मेकॅनिक आहेत आणि आठवड्यातून दोनदा आईच्या डायलिसिससाठी येतात."

"केव्हापासून येतायत ते?"

"आता सहा वर्षं झाली."

मी तर वाणी होतो. लगेच हिशेब करू लागलो. "आठवड्यातून दोनदा म्हणजे एका वर्षात ६०० वेळा आले?"

काका स्वतःच म्हणाले, ''हो, हिशेब तर नाही केला; पण झाले असतील इतके दिवस.''

''इतका खर्च कसा काय झेपतो तुम्हाला? मोटर वाइंडिंगमध्ये इतकी कमाई थोडीच होणार?''

काका म्हणाले, ''आईवर केलेल्या खर्चाचा काय विचार करायचा आणि त्याचा कसला आलाय हिशेब? जन्म देणाऱ्या आईसाठी स्वतःच्या कातडीच्या चपला जरी करून घालाव्या लागल्या, तरी त्यासाठी मागे हटणार नाहीये मी.''

मी स्वतःहूनच त्यांना वाकून नमस्कार केला. हळूहळू चालत जाऊन मी बाबांच्या आयसीयूतील बेडपाशी गेलो. काका आईला ज्या पद्धतीने सांभाळत होते, ते पाहता आमची सेवाशुश्रूषा यांच्यापुढे काहीच नाही, असे मला अचानक वाटू लागले. काकांच्या मानानं अचानक माझी उंची छोटी वाटू लागली. ■

लाखमोलाची गोष्ट

आयुष्याचा प्रत्येक नवा टप्पा मी पार केला, त्या वेळी मागे वळून पाहिले आणि मला कुठेही माझ्या पायांचे ठसे दिसले नाहीत. दिसले, ते फक्त हातांचे ठसे. ज्यांच्या आधारावर मी इतका पुढे आलो, ते माझ्या आईच्या हातांचे ते ठसे होते.

■ राजापेक्षाही मोठे

शहर मुंबई. सूर्यास्तानंतरची वेळ. विजेच्या दिव्यांच्या चांदण्यांनी रात्र चमचमत होती. मी उल्हासनगरच्या अंबरनाथ रेल्वे स्थानकावर उभा होतो. एकामागोमाग एक ट्रेनची ये-जा सुरू होती. दिवसभराच्या कामानं दमून, थकूनसुद्धा धावपळ करणाऱ्यांच्या चेहऱ्यावर लवकरच घरी पोहोचणार असल्याचं समाधान दिसत होतं. स्थानकावर प्लॅटफॉर्मच्या दुसऱ्या बाजूला बसलेल्या भिकाऱ्यांच्या एका मोठ्या रांगेवर अचानक माझी नजर गेली. इतक्या मोठ्या संख्येने भिकारी पाहून मला राहावलं नाही आणि जवळ जाऊन मी त्यांचं बोलणं ऐकू लागलो. जे काही मी ऐकलं, पाहिलं, ते अचंबा वाटायला लावणारं होतं.

हे सगळे भिकारी अंबरनाथ स्थानकाच्या आजूबाजूलाच राहतात. आपापल्या ठरलेल्या जागी रोज सकाळी ते भीक मागण्यासाठी जातात. दुसऱ्याच्या जागी कुणीच अतिक्रमण करत नाही. संध्याकाळी सगळे एकत्र भेटून आपापल्या कमाईची चर्चा करत होते. जास्त कमावणारे स्वत:ची स्तुती करत होते आणि दारू पिऊन सेलिब्रेशनची तयारी करत होते. सध्याच्या गळेकापू चढाओढीतही या भिकाऱ्यांकडे पाहून मला आणखी एक आश्चर्याची गोष्ट जाणवली, ती म्हणजे ज्या भिकाऱ्यांची जास्त कमाई झाली नव्हती, त्यांना एका बाजूला केले गेले. ज्यांची जास्त कमाई त्या दिवशी झाली होती, त्या भिकाऱ्यांनी कमी कमाई झालेल्या भिकाऱ्यांच्या कटोऱ्यात एक-एक नाणं टाकायला सुरुवात केली. पाहता पाहता निराश आणि उदास भिकाऱ्यांचं वाडगंसुद्धा पूर्ण भरलं आणि त्यांनीही सेलिब्रेशनची तयारी केली. कुठल्याही राजापेक्षाही त्या भिकाऱ्यांची मान त्या दिवशी माझ्या नजरेत उंच झाली होती. ■

लाखमोलाची गोष्ट

नाती आणि रस्त्यांबाबत आपण आदर्श नातं निर्माण होईल किंवा आदर्श रस्ता समोर येईल म्हणून थांबून राहतो. मात्र, वाट थांबून राहण्यानं नाही, तर चालून तयार होत जाते.

■ सबुरीचे फळ

चलतीचा हंगाम होता. दुकानात आलेल्या त्या मुलाची वेशभूषा सर्वसामान्यच होती; पण चेहऱ्यावर कमालीचा आत्मविश्वास होता. मी प्रचंड व्यग्र होतो. जवळपास अर्ध्या तासानं त्याच्याशी बोलू शकलो. त्यानं स्वत:ची ओळख करून दिली, की तो इंदूरहून एका ट्यूब कंपनीतून आला होता आणि नंतर दर आणि नमुन्यांची यादी माझ्यासमोर धरली. किमतीचे दर आणि नमुन्यांकडे नीट न पाहताच मी त्याला ते घेण्यास नकार दिला आणि सांगितलं, की मी वर्षानुवर्षं वेगळीकडून ट्यूब घेतोय. मोठीच अडचण होत नाही, तोपर्यंत मी व्यवहार तोडत नाही. तो थोडासा निराश झाला; पण चेहऱ्यावर नाराजी दिसू न देता तो म्हणाला, ''काहीच हरकत नाही. एक ग्लास पाणी मिळेल का प्लीज?'' पाणी पिऊन विनयानं नमस्कार करून तो निघून गेला.

पुढच्या मंगळवारी पुन्हा आला आणि म्हणाला, ''मी हॉटेलचं पाणी पित नाही. जवळूनच जात होतो, तर म्हटलं, पाणी पिऊनच पुढे निघू या. मिळेल का एक ग्लास?''

पाणी पिऊन दहा-पंधरा मिनिटं गुपचूप बसून राहिला, इकडेतिकडे बघत राहिला, वर्तमानपत्राचे कागद उलटले आणि व्यवसायाविषयी काहीच न बोलता नमस्कार करून निघून गेला. हा तर जवळपास प्रत्येक मंगळवारचा नियमच होऊन बसला. प्रत्येक मंगळवारी तो यायचा, पाणी प्यायचा, बसायचा, वर्तमानपत्र वाचायचा आणि देशभरातील गप्पा मारून पुढे निघायचा. आठ-दहा मंगळवार असेच गेले. हे चक्र सुरूच राहिलं.

एक दिवस मी त्याला सहज विचारलं, ''बघू बरं जरा, तुमच्याकडचे दर आणि नमुना.'' त्याचा चेहरा जणू आनंदानं मल्हार राग गाऊ लागला. त्यानंतर त्याच्याशी असे काही बंध निर्माण झाले, की ते पुन्हा कधीही तुटले नाहीत. वर्षानुवर्षं तोच मला ट्यूब सप्लाय करतोय.

तो अगदी सर्वसामान्य सेल्समन मला व्यवसायातला मोठा धडा देऊन गेला. धीर धरणं मी त्याच्याकडून शिकलो. जगभरच्या कुठल्याच विद्यापीठात मी कदाचित हे शिकू शकलो नसतो.

■

लाखमोलाची गोष्ट

पाण्याची वाफ करायची, तर ते १०० अंश सेल्सिअसपर्यंत उकळावं लागतं. ९९ अंश सेल्सिअसवर उकळलं, तरी पाणी पाणीच राहणार. त्याची वाफ होणार नाही. केवळ एकच अंश सेल्सिअसच्या फरकाने त्याची वाफ होते म्हणजे आपण ९९ अंश सेल्सिअसपर्यंत येऊन थांबलो, तरी आपली सगळी मेहनत व्यर्थ आहे. यशस्वी होणं आणि अयशस्वी होणाऱ्यांमध्ये फक्त या एका अंश सेल्सिअसचाच फरक असतो.

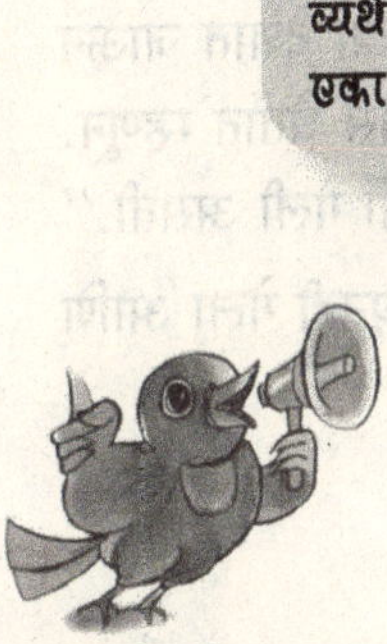

■ अतिथी देवो भव

थायलंडमधील सुंदर समुद्रकिनाऱ्यावरील शहर म्हणजे पटाया. पटायाच्या 'साइटसीइंग'मध्ये कोरल आयलंड हेही एक ठिकाण होतं. हॉटेलच्या बाहेर पडलोच होतो, इतक्यात तो टॅक्सीवाला पुन्हा भेटला. कालपासून तो सांगत होता, की मिनी सीम, नागनुच गाव आणि पटाया टॉवर इथं तो पाचशे बाथमध्ये (थायलंडचे चलन) फिरवून आणेल.

मी सोबत असलेल्यांना म्हणालो, ''यापेक्षा स्वस्त टॅक्सीवाला मिळणार नाही. संध्याकाळसाठी याला बुक करू या.'' हॉटेलच्या व्यवस्थापकाने खात्री दिल्यामुळे दुपारी तीन वाजताची वेळ ठरवून त्याला आगाऊ रक्कम दिली.

कोरल बेटाचा प्रवास आणि वेगवेगळ्या वॉटर स्पोर्ट्सनंतर येईपर्यंत आम्हाला रात्रीचे आठ वाजले. आमची वाट पाहून अगदी खालमानेने टॅक्सीवाला हॉटेलच्या बाहेर फाटकापाशीच बसलेला भेटला. आम्हाला बघून बोलला, ''मी दोन वाजल्यापासून थांबलोय. माझा पूर्ण दिवस वाया गेला.'' आम्ही म्हटलं, ''काही हरकत नाही. तसंही आम्ही बरेच थकलोय. आज कुठेच जाणं शक्य नाही.'' तो म्हणाला, ''आणि तुम्ही केलेलं पेमेंट?'' ''तू ठेव ना. तुझाही दिवस वाया गेलाच ना.'' तो म्हणाला, ''तुमचा उद्याचा काय प्लॅन आहे?'' ''आम्ही उद्या खरेदीला आणि शहर फिरायला जाणार आहोत.''

दुसऱ्या दिवशी पुन्हा तो आम्हाला हॉटेलच्या फाटकापाशी अगदी तयार होऊन थांबलेला दिसला. दिवसभर त्याच्याबरोबर शहर फिरून आम्ही संध्याकाळपर्यंत हॉटेलवर परतलो. ''किती रुपये झाले?'' तो म्हणाला, ''कालच दिले ना तुम्ही.'' ते तर कालचे होते, असं आम्ही म्हणेपर्यंत तो म्हणाला, ''काल मी तुम्हाला कुठे नेऊच शकलो नाही. सेवा दिल्याशिवाय मी तुमच्याकडून पैसे कसे काय घेऊ शकतो? मी असं केलं असतं, तर तुम्ही तुमच्या देशात जाऊन सांगितलं असतं, की पटायामध्ये तर टॅक्सीवाले न फिरवताच पैसे घेतात म्हणून. यामुळे फक्त मीच नाही, तर माझ्या देशाची मानही लाजेने खाली गेली असती.''

आम्ही काही बोलणार, इतक्यात तो कार सुरू करून निघूनही गेला आणि आमच्याकडे उरला माजिद देवबंदी यांचा शेर

सामान–ए–तिजारत मेरा ईमान नहीं है ।
हर दर पे झुके सिर, ये मेरी शान नहीं है ।
अल्लाह मेरे घर की बरकत न चली जाए,
दो दिन से मेरे घर कोई मेहमान नहीं है ।

लाखमोलाची गोष्ट

भारतात पर्यटकांना 'बकरा'च मानतात. प्रत्येक जण जणू काही त्यांना कापायच्या तयारीत असतो. मात्र, आशिया खंडातल्याच इतर छोट्या देशांत त्यांना गाय मानतात. म्हणूनच पर्यटकांना आकर्षित करण्यात ते आपल्या कित्येक पटींनी पुढे आहेत.

■ शबरीची बोरं

श्रीलंकेच्या पर्यटन व्यवसायावर दहशतवादाच्या खुणा दिसू लागल्या होत्या. तेथील लोक आणि सरकार आपल्या परीने ते सगळं पुसून टाकण्याचा प्रयत्न करत होते; पण वर्षभराची मनातली दहशत कुठल्याही भौगोलिक चेहऱ्यावरून सहजासहजी कशी पुसली जाईल? तरीही हळूहळू पर्यटकांचा ओघ श्रीलंकेकडे वळू लागला. याचदरम्यान एका टायर कंपनीने आयोजित केलेल्या कार्यक्रमानिमित्त तिथे जाण्याची संधी मिळाली. दिवसभर कॉन्फरन्स सुरू राहिल्यामुळे जराही हॉटेलबाहेर पडता आले नाही. दुसऱ्या दिवशी वेळ मिळताचक्षणी आम्ही पाच-सात जण बाहेर पडून गाइडकडून माहिती घेत फिरायला निघालो.

मध्यमवयीन गाइड व्हिक्टरचा पेहराव आणि त्याच्या चेहऱ्यावरील उदास भाव बघून कुणीही सहज त्याच्या आर्थिक स्थितीचा अंदाज बांधू शकलं असतं. पर्यटन व्यवसायाच्या पिछेहाटीमुळे या उद्योगानं त्याची कंबर मोडली होती. एकामागोमाग एक बौद्ध मंदिरे आणि पुरातन वास्तू दाखवून साध्याशाच इंग्रजीत तो अत्यंत कष्टाने श्रीलंकेचा इतिहास सांगत होता. त्याने शहराची ही भ्रमंती अगदी शैक्षणिक आणि आनंददायी केली. वेळ जात होता, तसे पोटात कावळे ओरडू लागले. एक डीलर हिंदीत म्हणाला, ''अरे, चांगलंच बेकार आणि गरीब शहर आहे हे. काही नाश्त्याचं दुकान नाही आणि काही फळंही दिसत नाहीत इथं.'' त्याचं बोलणं संपता संपताच आम्ही आणखी एका बौद्ध मंदिरासमोर आलो. तिथे प्रचंड पुरातन पांडुलिपी होती. परत येऊन आम्ही व्हॅनमध्ये बसणारच होतो, इतक्यात दोन्ही हातात मोठमोठी फळं घेऊन व्हिक्टर फाटकापाशी आलाच. म्हणाला, ''माझी आई भारतातली होती, त्यामुळे मला हिंदीसुद्धा येतं. तुमच्या बोलण्यातूनच मला तुम्हाला भूक लागल्याचं कळलं. मी तुमच्यासाठी काही फळं आणली आहेत. फक्त एक विनंती आहे, तुम्ही तुमच्या देशात परत जाऊन फक्त हे म्हणून नका, की श्रीलंकेत चांगली फळं मिळत नाहीत.''

■

लाखमोलाची गोष्ट

खरं बोला, आवडेल असं बोला. न आवडणारं सत्य बोलू नका. आवडणारं असंही बोलू नका, जे सत्य नाही.

■ राजदूत

निसर्गाने पृथ्वीला अनेक सुंदर आणि मौल्यवान गोष्टी बहाल केल्या आहेत. हिरवेगार उंच पर्वत ही त्याचीच देणगी आहे. ऑस्ट्रेलियात सिडनीजवळ तीन पर्वत आहेत. त्यांना 'थ्री सिस्टर्स' किंवा 'ब्लू माउंटन' असंही म्हणतात. पर्वत जितका सुंदर आहे, तितकंच तेथील लोकांनी त्याला सांभाळलंय आणि त्याचं जतन केलंय. घाण किंवा कचरा तिथे अगदी नावालासुद्धा नाही.

या पर्वतांवर खाण्याची काही सोय नसल्यामुळे आमचं खाणं हॉटेलमधूनच पॅकिंग करून देण्यात आलं होतं. पर्वताच्या पायथ्याशी असलेल्या बागेत बसून जेवणाचा आस्वाद घ्यायला आणखीच मजा आली. कचरापेटीत कचरा टाकून आम्ही सगळे बसमध्ये येऊन बसलो. बस सुरू झालीच होती, इतक्यात आमच्याबरोबर भारतातून आलेल्या गाइडने बस थांबवली आणि दोनच मिनिटांची

परवानगी मागून ती खाली उतरली. आम्ही जिथे जेवलो होते, त्या ठिकाणी बागेत ती अगदी वेगानं गेली. आमच्यातल्याच एकाकडून रिकामं खोकं टाकायचं राहून गेलं होतं, ते तातडीनं उचलून तिनं कचरापेटीत टाकलं. मागे वळून पुन्हा येऊन बसमध्ये बसली. उशीर झाल्याबद्दल पुन्हा एकदा सगळ्यांची क्षमा मागून तिनं चालकाला बस सुरू करायला सांगितलं आणि अत्यंत विनयानं आमच्याकडे वळून बघत म्हणाली, ''इथं आपण फक्त पर्यटक नाही, तर भारताचे प्रतिनिधीही आहोत. आपली एक चूक फक्त आपलंच नाही, तर आपल्या देशाचं नावही खराब करते. देशाच्या प्रतिमेलाही त्यानं धक्का पोहोचतो.''

बागेत रिकामं खोकं तसंच टाकून येणाऱ्या आमच्या सहप्रवाशाचा चेहरा अगदी पाहण्यासारखा झाला होता.

■

लाखमोलाची गोष्ट

आपल्याला आनंदी व्हायचं असेल, तर इतरांना नाही, आपल्याला स्वतःचा दृष्टिकोन बदलावा लागेल. या जगातल्या चिखलात तुम्हाला स्वतःचे पाय स्वच्छ ठेवायचे असतील, तर दोनच मार्ग आहेत. एक संपूर्ण जमिनीवर पाऊल पडेल त्या प्रत्येक ठिकाणी गालिचा अंथरा किंवा दोन, स्वतःच्या पायात चप्पल घाला. दुसऱ्या कुणाला तरी बदलण्यात आपली ऊर्जा खर्च करण्यापेक्षा स्वतःच्या सगळ्या ऊर्जेचा उपयोग स्वतःमध्ये बदल करण्यात करायला हवा. आपल्यातला बदल लोकांना प्रेरणादायी ठरेल.

■ मोठा माणूस

म्हटलं तर भैयाजींबरोबरचं नातं व्यावसायिक होतं; पण व्यवसायापासून कधी व्यवहारापर्यंत आणि तिथून पुढे कधी कौटुंबिक नात्यापर्यंत बदल झाला, कळलंच नाही. त्यांच्या मुलाचं लग्न होतं आणि सहकुटुंब जायचं होतं. नेमकं कुठेतरी जायचं असतं, तेव्हाच काहीतरी जास्तीचं काम येऊन पडतं, हा जणू नियमच आहे. इंदूरला पोहोचेपर्यंत वरात निघाली होती. आम्ही सरळ मिरवणुकीत सहभागी झालो. भैयाजींबरोबर चारही भाऊ एकसारखे सूट घालून दिमाखात पुढे निघाले होते. त्याच पद्धतीच्या सुटबुटात आणि दिमाखात आणखी एक पाचवा माणूसही त्यांच्याबरोबर चालला होता. नीट बघितलं, तर मला चांगलंच आश्चर्य वाटलं. तो तर त्यांचा कारचालक सलीम होता.

लग्नाचे सगळे विधी आटोपल्यानंतर भैयाजींबरोबर रात्री एकत्र जेवायला बसलो. लग्नाचाच विषय सुरू होता, तेव्हा मला राहावलं नाही. मी हळूच विचारलं, ''भैयाजी, तुम्हा चार भावंडांचं तर ठीक आहे; पण सलीमसुद्धा त्याच पद्धतीच्या सूटाबुटात?''

भैयाजी हसले आणि म्हणाले, ''आलोक भाई, माझ्याबरोबर सलीम ३० वर्षांपासून आहे. याच्यासमोरच आशिषचा जन्म झाला आणि त्याच्या मांडीवर तो खेळलासुद्धा. गेल्या अनेक वर्षांपासून आमच्या कित्येक सुखदुःखात सलीम आमच्या खांद्याला खांदा लावून उभा आहे. माझी तिन्ही भावंडं तर बाहेर राहतात. मग जर ते माझ्याबरोबर माझ्यासारखा सूटबूट घालून चालू शकतात, तर सलीम का नाही? फक्त रक्ताचं नातं आहे म्हणून कुणी सख्खं असतं, असं नाही. रक्ताच्या नात्यापेक्षाही प्रेमाचं नातं जास्त मोठं आहे... आणि या नात्यानं नक्कीच सलीम आशिषपेक्षा जास्त जवळचा आहे.''

■

लाखमोलाची गोष्ट

आपल्या हाताखालच्या माणसाला तुम्ही नोकर समजलात, तर तो फक्त नोकरीच करील. जर तुम्ही त्याला कुटुंबाचाच एक भाग मानलंत, तर तेही तुमच्याविषयीची जबाबदारी कुटुंबासारखीच निभावतील. ही एक लक्षात ठेवण्यासारखी गोष्ट आहे, की मोठ्या गोष्टी करणारा मोठा माणूस नसतो, तर छोट्या छोट्या गोष्टी समजून घेणारा माणूस मोठा असतो.

शिक्षा स्वतःलाच

शाळेत जायला पुन्हा उशीर झाला. प्रार्थना संपली होती आणि मुलं रांगेत आपापल्या वर्गाकडे निघाली होती. माझ्याबरोबर आणखी तीन विद्यार्थी उशिरा आले होते. आम्हाला मुख्याध्यापकांनी थांबवलं. ते ५५ वर्षांहून जास्तच असतील. ते चांगले धष्टपुष्ट असूनही वयाचा थकवा त्यांच्या चेहऱ्यावर दिसायचा. ते म्हणाले, ''उशिरा येण्याची शिक्षा म्हणून मैदानाला चार फेऱ्या मारा.''

शिक्षा ऐकून आमचे हात-पायच गळाले; पण आम्ही तरी काय करू शकणार होतो? नाइलाजाने आम्ही मैदानाकडे निघालो. थोड्या वेळानं पाहिलं, तर मुख्याध्यापकसुद्धा आमच्या मागे मागे पळत होते. त्यांना चांगलाच दम लागला होता; तरीही ते धावत होते. दोन फेऱ्या मारून आम्ही थांबलो. त्यांची अवस्था आमच्याच्याने बघवेना.

आम्ही म्हणालो, ''सर, तुम्ही का धावताय? चूक तर आमची आहे ना, आम्ही धावतो ना.''

सरांचं उत्तर ऐकून आमची मान शरमेनं खाली गेली. ते म्हणाले, ''मुलांनो, अत्यंत प्रयत्न करूनही जर मी मुलांना वेळेचं महत्त्व समजावू शकत नसेन, तर याचा अर्थ अगदी स्पष्ट आहे, की माझ्या समजावण्यातच काहीतरी उणीव राहून गेलीय. जितकी चूक विद्यार्थ्यांची आहे, तितकीच माझीही आहे. मला तर आता कुणी शिक्षा करणार नाही म्हणून मीच स्वतःला शिक्षा करतो आहे. जोपर्यंत या शाळेतल्या मुलांना वेळेचं महत्त्व समजावू शकणार नाही, तोपर्यंत मीही मैदानाला फेऱ्या मारणार.'' ■

लाखमोलाची गोष्ट

शिस्तीशिवाय कुठलीच गोष्ट मिळत नाही. आवाज किंवा सुरांना विशिष्ट प्रकारची शिस्त लावली, की त्यांचं रूपांतर रागात होतं. शब्दांना शिस्त लावली, तर त्यांची कविता होते. पाणी शिस्तीने वाहिलं, तर ते नदी किंवा ओढ्याचं रूप घेतं म्हणूनच एक विशिष्ट ध्येय ठरवून आपण वेळेचं बंधन घातलं, तर तेच आपल्या यशाचं गमक बनतं.

■ गर्व व्हायला नको

उपनगरात कॉलेज नव्हतं. शिकण्यासाठी विद्यार्थ्यांना बाहेर जावं लागायचं. सोयीसुविधा नसल्यामुळे बहुतांशी मुलं उच्च शिक्षणापासून वंचित राहत. शेठजींची मुलं तर बाहेरून शिकून आली; पण छोट्या शहरात इतर मुलांच्या शिक्षणाचे होणारे हाल पाहून त्यांना वाईट वाटायचं. त्यांनी स्वतःच्या पैशांतून कॉलेज उभारलं आणि कमीत कमी शुल्क आकारून सर्वसामान्यांच्या मुलांसाठीही ते खुलं केलं. कॉलेजच्या उद्घाटनाला एक आठवडा बाकी होता. अचानक शेठजी आपल्या चार-सहा मित्रांना घेऊन हातात दानपात्र घेऊन बाजारात निघाले. कॉलेजसाठी जी काही छोटी-मोठी रक्कम देणं शक्य असेल, ती यात जमा करण्याची विनंती लोकांना करू लागले.

सगळ्या व्यापारी, व्यावसायिकांना मोठा अचंबा वाटला. ते एकत्र आले आणि त्यांनी हात जोडून शेठजींना सांगितलं, "अहो, तुम्हाला दानपात्र घेऊन बाजारात फिरायची काय गरज आहे? तुम्ही सांगितलं असतं, तर रक्कम घेऊन तुमच्या बंगल्यावर आम्हीच पोहोचलो असतो; शिवाय इतके पैसे खर्च करून तुम्ही एवढं मोठं कॉलेज आधीच उभारलंय, आता आमच्या इतक्याशा रकमेनं असं काय होणार?"

शेठजींनी सगळ्यांचं बोलणं अगदी शांतपणे ऐकून घेतलं आणि मग विनयानं म्हणाले, "तुमचं सगळ्यांचं बरोबर आहे. कॉलेज अगदी परिपूर्ण आहे आणि ते चालवण्यासाठीसुद्धा जास्तीचा निधी सुरक्षित ठेवलेला आहे; पण तुमच्या सगळ्यांपुढे झोळी पसरण्याचं एक मोठं कारण असं आहे, की माझ्या मुलांच्या मनात कणभरसुद्धा हे कॉलेज आमच्यामुळे उभं राहिलंय, याचा गर्व झालेला मला चालणार नाही म्हणूनच या कॉलेजसाठी एक रुपया का असेना; पण उपनगरातील प्रत्येकाचा वाटा असला पाहिजे. माझं किंवा माझ्या कुटुंबातील कुणाचंही नाव कॉलेजला दिलं जाता कामा नये; शिवाय आम्ही ते उभारल्याचंही कुठे लिहिलेलं नसावं. मी या कॉलेजचं नाव देवाच्या नावावरून ठेवणार आहे आणि जनतेच्या पैशातून उभं राहिलेलं कॉलेज, असा इथं फलकही मी लावणार आहे."

शेठजींचं बोलणं ऐकत होतो आणि मला आठवत होते, कविवर्य सुरेश नीरव-

देखो कहीं ये जुगनू दिनमान हो न जाए।

ये रास्ते का पत्थर भगवान हो न जाए।

सब–कुछ दिया प्रभु ने एहसान मानता हूँ

बस माँगता यही हूँ, अभिमान हो न जाए।

■

लाखमोलाची गोष्ट

तुम्ही जे करू शकत नाही, ते ध्यासामुळे करता. तुम्हाला जे करायचंय, ते धैर्यामुळे करता; पण अनुभवच तुम्हाला सांगू शकतो, की तुम्हाला काय केलं पाहिजे आणि अनुभव हेच सांगतो, की आपुलकीने वागा, वाटून खा आणि एकत्र ओझं उचला. आयुष्य सुंदर आणि जगावंसं वाटेल. पूर्ण पृथ्वीच एक कुटुंब होऊन जाईल.

■ नेता असा असावा

आम्ही त्यांना काका म्हणायचो. आयुष्याशी संबंधित प्रत्येक प्रश्नावर त्यांच्यापाशी तोडगा होता आणि प्रत्येक गोष्टीकडे पाहण्याचा त्यांचा एक स्वतंत्र दृष्टिकोनही होता. एका सल्ल्यासाठी त्यांच्याकडे गेलो होतो. ते त्यांच्या कारखान्यातील कार्यालयात बसले होते. गप्पा सुरूच होत्या, इतक्यात त्यांचा मुलगा आला आणि म्हणाला, ''बाबा, फिटर ऐकतच नाहीये. म्हणतोय, की उद्यापासून कामावर येणार नाही. त्याला दुसरीकडे एक हजार रुपये जास्त मिळतायत.''

काका म्हणाले, ''त्यानं मला हे १५ दिवसांपूर्वीच सांगितलंय; पण आपण तर दोन महिन्यांपूर्वीच दिवाळीदरम्यान त्याचा पगार वाढवलाय.'' मुलगा म्हणाला, ''हो बाबा; पण आता काय करायचं? तो गेला, तर काम थांबेल. काय करू या, वाढवू या का पगार?''

काका म्हणाले, ''बघ बुवा, वाढव.''

मुलगा हे फिटरला सांगायला निघालाच होता, इतक्यात काकांनी त्याला थांबवलं. म्हणाले, ''त्याचा पगार तर मला वाढवायचाच आहे; पण त्याआधी एक काम कर. याचनिमित्तानं सगळ्याच कर्मचाऱ्यांचा पगार वाढव.''

मुलगा म्हणाला, ''असं कशासाठी? इतर सगळे तर समाधानी आणि आनंदीही आहेत.''

काका म्हणाले, ''अरे, असं नाही. आपल्या नाइलाजाचा फायदा घेऊन फिटरनं तर स्वतःचा पगार वाढवून मागितला; पण आपला आदर ठेवून काम करणाऱ्या त्या लोकांचा काय दोष, जे आहे त्या पगारावरही आनंदानं काम करतात? यासाठी आपल्याशी जे पहिल्यापासून प्रामाणिक आहे, त्यांचा पगार सगळ्यात आधी वाढेल, मगच फिटरचा.''

त्यांचा मुलगा आणि मी दोघंही अवाक् होऊन त्यांच्याकडे पाहत राहिलो. तुलसीदासांचा दोहा कधीतरी वाचला होता. मात्र, त्याचा अर्थ आज समजला.

मुखिया मुख सो चाहिए, खान–पान को एक ।
पालै–पोसै सकल अंग, तुलसी सहित विवेक ।।

■

लाखमोलाची गोष्ट

तुम्ही तुमची उणीव समजून घेतली, तर तुम्ही मोठे आहात. ती उणीव दूर करण्याचा प्रयत्न केलात, तर तुम्ही आणखी मोठे आहात. इतरांना त्यांच्या उणिवांसह तुम्ही स्वीकारता आणि त्यांच्यावर प्रेम करता, तेव्हा तुम्ही महान ठरता.

■ देवदूत

ओळखीचे एक जण होते. त्यांचा तरुण मेव्हणा नुकताच अपघातात गेल्याचा फोन आला, ''तातडीनं निघायचं होतं. रेल्वेत बर्थ मिळू शकेल काय?'' मी तातडीनं त्यांच्या घरी पोहोचलो. घर अस्ताव्यस्त होतं. पोहोचल्याक्षणीच त्यांना सांगितलं, की रेल्वेत बर्थ मिळवून देण्याची जबाबदारी माझी. त्याला ताकद मिळावी, यासाठी त्याच्याबरोबर थोडा वेळ थांबलो. त्याचदरम्यान ओळखीच्या लोकांबरोबरच मित्रमंडळींचे फोन सुरू झाले होते, की काय मदत करता येईल... वगैरे. ते सगळ्यांचे आभार मानत होते; पण नेमकी कुणाकडून काय मदत घ्यावी, हे ठरवू शकत नव्हते. समोर सामानाची बॅग आणि खूप कपडे विखुरले होते. लहान मुलंही त्यात त्रास देत होतीच. गाडी एक तासानंतर होती.

इतक्यात दारावरची बेल वाजली. समोर वहिनींची एक मैत्रीण उभी होती. तिनं अत्यंत अनौपचारिकपणे विचारलं, ''तुमच्या सगळ्यांचे बूट कुठे आहेत?'' बुटांकडे पाहिलं, तर सगळेच चिखलानं भरलेले होते. मैत्रिणीनं पॉलिशची डबी उघडून सरळ बूट पॉलिशिंगला सुरुवात केली. मला त्या मैत्रिणीत अगदी येशू दिसू लागला. त्यानं आपल्या अनुयायांचे पाय धुतले होते. मैत्रिणीचं ते प्रेम बघून मन आपुलकीनं भरून आलं. हळूहळू तिनं सगळं घरच नीट आवरायला घेतलं. वहिनींची मैत्रीण जोपर्यंत कपड्यांना इस्त्री करत होती, तोपर्यंत वहिनींनी मुलांना अंघोळ घालून तयार केलं. तोपर्यंत 'व्हीआयपी कोट्या'तलं आरक्षणही कन्फर्म झालं. मित्र कुटुंबासह अगदी निश्चिंतपणे प्रवासाला निघाला.

या घटनेनंतर माझ्या ओळखीचं कुणीही अडचणीत असेल, तर 'मी काय मदत करू,' असं कधीही विचारत नाही, तर थेट त्याची गरज बघून काम करायला सुरुवातच करतो. जर कधी त्यानं मला विचारलंच, की तुला कसं काय कळलं, की मला हे काम करायचं होतं? तर उत्तरादाखल इतकंच म्हणतो, की अडचणीच्या वेळी मित्रानं मित्राच्या घरी बूट स्वच्छ करून दिलेलेही मी पाहिले आहेत.

■

लाखमोलाची गोष्ट

सगळ्यात आनंदी करणारा शब्द - 'पण मी तुझ्यासोबत आहे.' सगळ्यात दुःखी करणारा शब्द - 'मी तुझ्यासोबत आहे; पण' सारख्याच शब्दांची जागा बदलल्यामुळे अर्थातही फरक पडतो.

■ बंधुप्रेम

शेतातल्या वाटेवरून दोन भावांमध्ये वाद होता. बऱ्याच काळापासून खटला सुरू होता. दोन्ही भावांना एक-एकच मूल असूनही कुणीच समजून घ्यायला तयार नव्हतं. मुलांमुळे दोन्ही भाऊसुद्धा एकमेकांसमोर उभे ठाकले होते. पुन्हा सुनावणी होती. पावसाळी दिवस होते, आकाशात ढग जमा झाले होते. न्यायालयात दोन्ही पक्ष न्यायाधीशांसमोर उभे राहिले. अचानक जोरदार पाऊस सुरू झाला. पाणी आत येऊ लागलं. धाकटा भाऊ धावत न्यायालयाबाहेर गेला आणि चपला उचलून आत घेऊन आला. मोठ्या भावासमोर चपला धरून तो म्हणाला, ''दादा, पायात घाला. बाहेर तुमच्या चपला भिजत होत्या.''

मोठ्या भावाला धक्काच बसला. डोळ्यांच्या ओलावलेल्या कडांनी धाकट्या भावाचं प्रेम आणि समर्पण वृत्ती तो पाहतच राहिला. अचानक

न्यायाधीशांकडे वळून तो म्हणाला, ''साहेब, झाला निकाल. आजही जो भाऊ माझ्या चपला स्वतःच्या हातात उचलून आणू शकतो, त्याच्या शेताची वाट मी काय अडवणार? माझा मुलगा एकुलता एक आहे. त्याला कुणी सख्खा भाऊ नाही. त्याला काय कळणार भावाचं प्रेम?''

वातावरणच बदलून गेलं. दोन्ही भाऊ एकमेकांच्या गळ्यात पडून हमसून हमसून रडू लागले. अश्रूंचा असा काही पूर आला, की सर्व शत्रुत्वासकट न्यायालयातील फाइलीसुद्धा त्यात वाहून गेल्या. ■

लाखमोलाची गोष्ट

बरीचशी नाती तर आपण स्वतःच निर्माण करतो; पण काही आपल्याला वारशानं मिळतात. तीच नात्यांचा पाया असतात. आपले शेवटी आपलेच असतात. एक गोष्ट नक्की, की जीवनात नाती अत्यंत महत्त्वाची आहेत; पण त्याहीपेक्षा महत्त्वाचं म्हणजे नात्यांमध्ये जीवन असायला हवं.

■ व्यग्र असण्याला दोष देऊ नको

एके काळी त्या कवींचं नाव मोठं प्रसिद्ध होतं आणि त्यांची भेट म्हणजे लोकांना आपण नशीबवान आहोत, असं वाटत असे. वाढत्या वयानुसार त्यांच्यात आता ती पूर्वीची तडफ राहिली नव्हती. एका कामासाठी त्यांच्याकडे गेलो होतो. अत्यंत व्यग्र असूनही कविराजांच्या शहरात येऊन त्यांना न भेटणं माझ्या मनाला काही पटेना. पाच मिनिटं तरी का होईना, कविवर्यांना भेटलं पाहिजे. त्यांना वाकून नमस्कार करून मी त्यांच्या शेजारी बसलो. माझा मोबाईल अगदी सतत वाजत होता. एकामागून एक कॉल आणि सगळेच्या सगळे महत्त्वाचे होते.

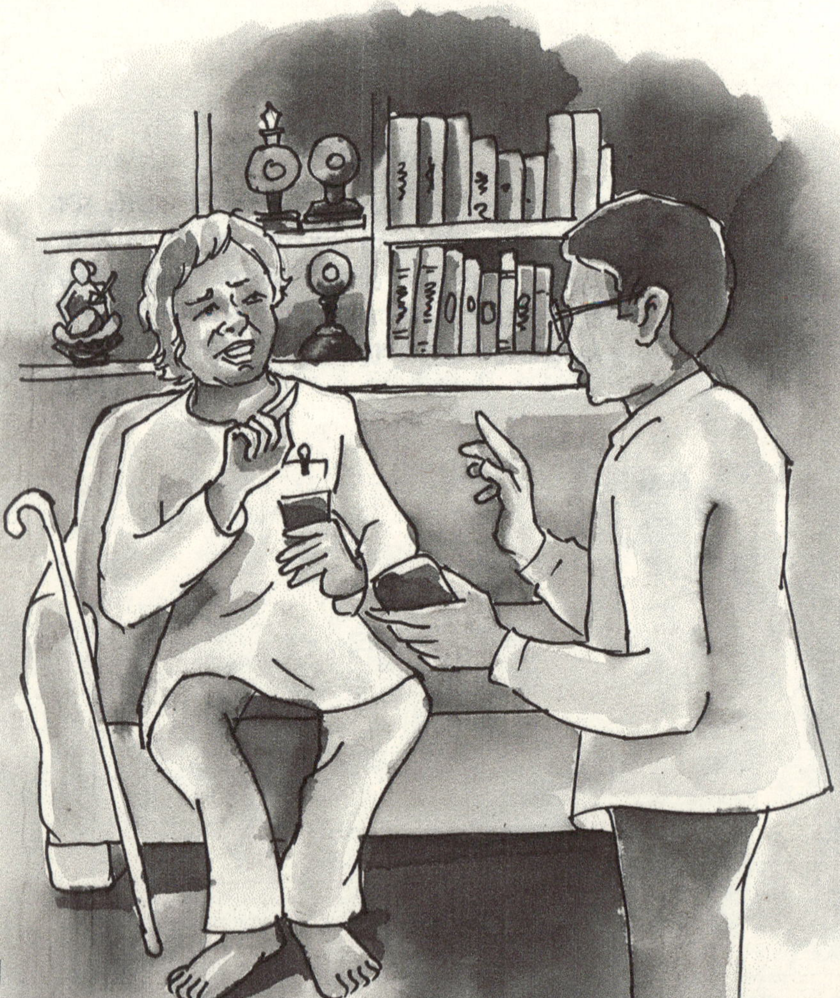

प्रत्येक फोन उचलण्यापूर्वी मी अगदी नम्रपणे त्यांची परवानगी घेत होतो आणि गप्पांमधल्या व्यत्ययासाठी त्यांची माफीही मागत होतो. फोन येणं बंद झाल्यावर मी पुन्हा एकदा त्यांची क्षमा मागितली.

त्यांनी त्यावर जे उत्तर दिलं, ते माझ्यासाठी अत्यंत अनपेक्षित होतं. "अरे, यात क्षमा मागण्याची काय गरज आहे? तुझ्या व्यग्र असण्याबद्दल किंवा फोन येण्याविषयी वाईट कशाला वाटून घेतोस? लोक तुझी आठवण काढतात. तुझ्याशिवाय कुणाचं तरी काम अडतंय, हीच मोठी गोष्ट आहे. देवाचे आभार मान. तुझ्याचबरोबर इथं मीही बसलोय. माझ्याकडेही मोबाईल फोन आहे. पंधरा मिनिटंच काय, गेले तीन तास यावर एकही फोन आलेला नाही. एक काळ होता, जेव्हा या फोनवरही सातत्यानं फोन यायचे. आता मी एका रिंगसाठी वाट पाहत बसतो. मुला, एक लक्षात ठेव; व्यग्र असण्याबद्दल कधीही स्वतःला दोष देऊ नको. या कारणासाठी देवाचे आभारच मान."

■

लाखमोलाची गोष्ट

आपल्या कामावरचं प्रेम ही एकमेव गोष्ट आयुष्यात आनंददायी आहे. जोपर्यंत कष्टानं घाम गाळून पैसे कमावले जातायेत, तोपर्यंत यश तुमचंच आहे. घामानं भिजलेला पैसा ही आयुष्यातील सर्वांत सुगंधी गोष्ट आहे.

■ सभ्यतेची साथ सोडली नाही

इंदूरला निघालो होतो. मित्रही सोबत आला. मलाही गप्पा मारायला एक सोबती मिळाला. बरोबर कुणी असलं, की प्रवास सोपा होतो. त्याची आजेसासू आजारी होती, तिला पाहायला जायचं होतं.

त्याच्या सासरी पोहोचून आजीला भेटायला गेलो. दीर्घकाळाच्या आजारानं शरीर अशक्त झालं होतं आणि चैतन्य कमी झालं होतं. त्यांच्या सासऱ्यांनी आजीला हाक मारली, ''बघ आई उठ तरी कोण आलंय बघ. खांडव्याहून तुला भेटायला कुँवरसाहेब आले आहेत.'' आजीने डोळे उघडले. मित्राला पाहिलं आणि हात मिळवण्याचा अयशस्वी प्रयत्न केला. आजारी अवस्थेत स्वतःचं शरीरही साथ सोडतं, हे थेटच दिसत होतं. आम्ही म्हणालो, ''बाबा, आईला बहुदा पाणी हवंय.'' त्यांनी आजीला आधार दिला आणि पदर डोक्यावरून नेऊन

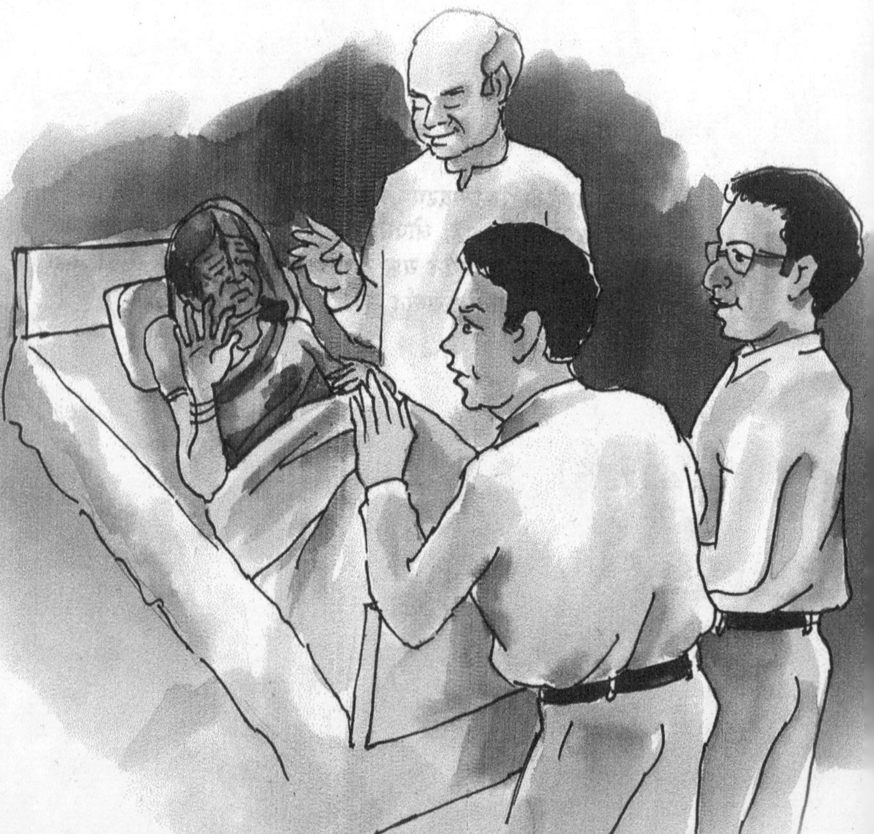

चेहरा झाकला. म्हणाले, ''पाणी वगैरे काही नकोय. कुँवर साहेबांसमोर उघड्या चेहऱ्यानं बसणं त्यांना आवडत नाहीये.''

ते म्हणाले, ''अनेक अडचणींमध्येसुद्धा आईनं कधीही संस्कार आणि सभ्यता सोडली नाही. आम्हालाही तिनं कधीही संस्कार आणि शिष्टाचार विसरू दिले नाहीत.'' पदरानं झाकलेला आजीचा चेहरा उजळला. त्यांच्या एकेका सुरकुतीवर हजारो अनुभवांचा ठेवा दिसू लागला होता. ■

लाखमोलाची गोष्ट

सभ्य माणसाच्या पापण्या जेव्हा एखाद्यापुढे आदरानं झुकतात, तेव्हा जगातील प्रत्येक हृदय स्वत:मध्ये सामावून घेतात. बघणारे डोळे सभ्य असतात, तेव्हा जणू खोल समुद्रातून मोतीच बाहेर येत असल्यासारखे वाटते. हे डोळे हसतात, तेव्हा जगातली सगळी निरागसता त्यात सामावलेली असते. जेव्हा हे डोळे रडतात, तेव्हा आकाश डळमळतं आणि हे डोळे बंद होतात, तेव्हा जगाचे डोळे पाणावतात.

■ इथं तरी तिला शांतपणे जगू दे

तापत्या उन्हाळ्यानंतर पहिलाच शिडकावा झाला होता. मातीच्या सुगंधानं वातावरण धुंद झालं होतं. मित्राच्या घराच्या व्हरांड्यात बसून चहाचे घोट घेतच होतो, इतक्यात वहिनी गरमागरम भजी घेऊन आल्या. समोरच त्यांची मुलगी तिच्या लहान भावाबरोबर कॅरम खेळत होती. खेळता खेळता हरण्या-जिंकण्यावरून त्यांच्यात वाद झाला. भाऊ तल्लख बुद्धीचा होता. बहिणीला थेटच वेडंवाकडं बोलू लागला. बिचारी बहीण डोळ्यांच्या ओल्या झालेल्या कडांनी कधी भावाकडे, तर कधी आईकडे बघत होती.

आई इतक्यात मध्ये पडून बोलली, 'अरे, तू तिला वाटेल तसं बोलतोयस आणि ती आपलं ऐकून घेतेय. जास्तीत जास्त दोन-चार वर्षांत लग्न करून सासरी निघूनही जाईल. कसं घर आणि कसे लोक असतील, हेही माहिती नाही. पुढे

आयुष्यात तिला किती आणि काय काय ऐकायला लागेल, याचा काही तरी अंदाज आहे का तुला? किमान इथं तरी बोलू नको तिला.'

हे ऐकलं फक्त आणि भावाच्या डोळ्यांतून अश्रू वाहायला लागले आणि बसला मग बहिणीला मिठी मारून.

■

लाखमोलाची गोष्ट

स्त्रियांमध्ये प्रचंड सहिष्णुता असते. लहानशा गोष्टीवरही चिडणाऱ्या पुरुषालासुद्धा सहिष्णुता शिकवणाऱ्या स्त्रियाच असतात. पुरुष खरंच नशीबवान, की त्याच्या आजूबाजूला आई, बहीण, बायको आणि मुलीच्या रूपाने सद्गुणांची गंगा वाहत असते.

■ अन्न हे पूर्णब्रह्म

त्या काळी दक्षिणेत उत्तर हिंदुस्थानी खाद्यपदार्थ शोधणं अवघड असे. त्या संध्याकाळी आम्ही चार मित्र राजस्थानी जेवणाच्या शोधात उटीमध्ये (तमिळनाडू) फिरत होतो. एका माणसानं सांगितलं, की वर बा साहेबांची खाणावळ आहे, तिथे तुम्हाला तुमच्या आवडीचं जेवण मिळेल. आवडीचे पदार्थ आता मिळणार, या इच्छेनं आम्ही चौघेही त्या स्वयंपाकघराच्या शोधात निघालो. जेवण सुरू करण्यापूर्वीच बा साहेबांनी हात जोडून विनंती केली, की उष्ट खरकटं काहीही ताटात ठेवून जाऊ नका. पाटावर बसून पोटभर जेवणाचा आस्वाद घेतला. पोट अगदी टम्म फुगले. मात्र, चौघांच्याही ताटात इच्छा नसूनही थोडंसंच उष्टं उरलंच. एका मुलानं ताटात उरलेल्या उष्ट्या अन्नाचा अंदाज घेतला आणि बा साहेबांच्या हातात एक चिटोरं ठेवलं.

बिल द्यायला गेलो, तेव्हा बा साहेब म्हणाले, "२४० रुपये झाले आणि उष्टं सोडल्याचे ७० रुपये या दानपात्रात टाका."

आम्ही विचारलं, "बा साहेब, खाण्याचं बिल लावलंत, ते ठीकच आहे; पण उष्टं सोडलं, त्याचं कसलं आलंय बिल?"

बा साहेब म्हणाले, "आम्ही राजस्थानातून इथं आलोय. आम्ही अन्नावाचून तडफडणारे आणि भूकमारीचे बळी बघितले आहेत. ही खाणावळ सुरू करतानाच आम्ही एक नियम केला होता. उष्टं न टाकण्याविषयी आम्ही ग्राहकांना जेवायला बसण्यापूर्वीच विनंती करतो, तरीही कुणी उष्टं ताटात टाकलंच, तर जितक्या रुपयांचं उष्टं त्यांनी ताटात ठेवलंय, तेवढे रुपये दानपात्रात टाकायची विनंती करतो. अन्नाच्या एक-एका कणासाठीही तडफडणाऱ्या गरिबांपर्यंत या पैशातून जेवण पोहोचवलं जातं. हा प्रतीकात्मक दंड अशासाठी, की अन्नाचं महत्त्व काय, याची जाणीव तुम्हाला व्हावी."

"तरीही कुणी दंड भरायला नकार दिला, तर?"

बा साहेब म्हणाले, "त्यांनी जेवढा दंड भरला नाही, तितकीच रक्कम मी माझ्या खिशातून या दानपात्रात भरतो. उष्टं टाकलेल्या लोकांकडून निधी गोळा करणं हा माझा उद्देश नाहीये. मला फक्त त्यांना अन्नाच्या महत्त्वाची जाणीव करून द्यायची आहे."

■

लाखमोलाची गोष्ट

तुमची आठवण काढली जावी, असं तुम्हाला वाटत असेल, तर तुम्हाला चौकटीबाहेरचं काही तरी करावं लागेल.

■ न्हाव्याला काय फायदा?

चौकात सरदारजींचं दुकान होतं. वेळ मिळाला, की आजूबाजूचे दुकानदार त्यांच्या दुकानापाशी एकत्र येत असत. आर्थिक चणचणीच्या काळातही त्यांच्याकडे हास्यविनोदानं भरलेले किस्से, प्रसंगांचा खजिना असायचा. कुठलीही गोष्ट जरा अतिशयोक्तीनंच सांगण्याची त्यांची पद्धत होती.

त्या दिवशी ते आपल्या नातेवाइकांच्या कमाई आणि उत्पन्नाविषयी सांगत होते. ''माझ्या मेव्हणीच्या नवऱ्याचा दुमजली बंगला आहे. त्याचा भाऊ तर विमानाशिवाय प्रवासच करत नाही.'' वगैरे वगैरे.

आमच्याबरोबर एक दाक्षिणात्य अण्णा बसले होते. तसे तर ते मितभाषी होते; पण त्या दिवशी त्यांना राहावलं नाही. ''सरदारजी, आमच्या केरळमध्ये एक म्हण आहे.'' सरदारजी म्हणाले, ''बोला ना अण्णा.'' अण्णा म्हणाले, ''कुत्र्याचे केस वाढण्याचा न्हाव्याला काय फायदा?''

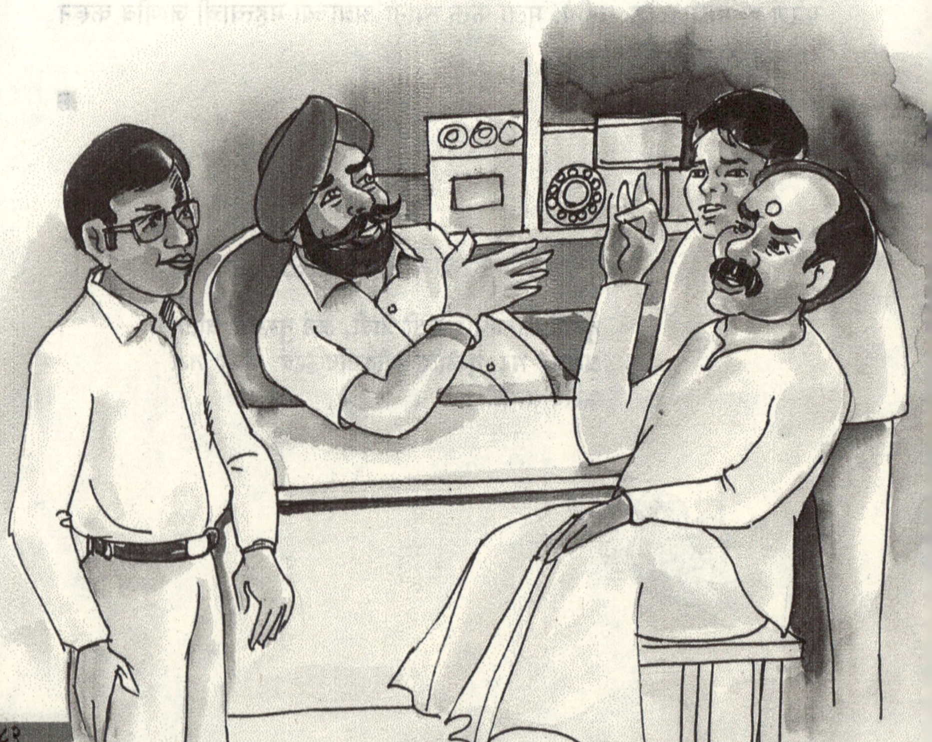

सरदारजी अवाक् झाले. अण्णा म्हणाले, ''सरदारजी, न्हाव्याला तेव्हा फायदा होतो, जेव्हा माणसाचे केस वाढतात. आपल्या नातेवाइकांकडे कोट्यवधींची संपत्ती असली, तरी त्याचा आपल्याला काय फायदा? आपलं काम तर आपल्या खिशातल्याच पैशानं होणार आहे ना''

अण्णांनी भलेही चेष्टेनं सांगितलं असेल; पण त्यांचं एक वाक्य आयुष्याचं सार सांगणारं होतं.

■

लाखमोलाची गोष्ट

आपल्या अनेक म्हणी या आपल्या आयुष्यासाठी दाखवलेला आरसाच आहेत. आपल्या वागण्यानं लोक आपलं समाजातलं वजन ओळखतात आणि आपल्या बोलण्यानं आपली किंमत ठरवतात.

संगीत देव आहे

ते आमच्या परिसरातील प्रसिद्ध गायक होते. अनेकांना त्यांनी गायनाचे धडे दिले होते. मी त्यांच्याकडे पेटी शिकण्यासाठी गेलो. शिकवताना ते प्रत्येक वेळी एक गोष्ट सारखी म्हणायचे, ''संगीत देव आहे.'' एकदा माझ्याच्यानं राहावलं नाही म्हणून मी त्यांना विचारलं, ''उस्ताद, आपण देव आणि संगीत हे एकच आहे, असं कसं म्हणता?''

यावर ते हसले आणि म्हणाले, ''माझं हे बोलणं सगळे जण ऐकतात; पण पहिल्यांदाच कुणी तरी याविषयी प्रश्न विचारला.'' ते म्हणाले, ''खुदा म्हटलं काय किंवा देव म्हटलं काय, आपण त्याला बघू शकतो का? नाही ना? आपण तर त्याचा फक्त अनुभव घेऊ शकतो. संगीतही तसंच आहे. जे आपण बघू शकत नाही; पण अनुभवू शकतो म्हणून ते देव आहे.''

लाखमोलाची गोष्ट

संगीत आपल्याला आयुष्यातील दुःख विसरायला लावतं. निसर्गातील ऊर्जेशी ते आपल्याला एकरूप करतं. संगीत गती आहे आणि गतीच जीवन.

■ लांबपर्यंत जायचे, तर एकत्र चालायला हवे

मध्य प्रदेशातील खांडवा प्रांतातले ते एक मोठे उद्योजक होते. त्यांच्याकडे अनेक कार, ट्रक आणि वाहनं होती. त्यांच्याशी जुने व्यावसायिक आणि कौटुंबिक संबंध होते. मी तेव्हा अगदी नव्यानेच टायरचा व्यवसाय सुरू केला होता. कितीतरी महिन्यांपासून मी त्यांना पत्र लिहून आणि काही वेळा फोनवर संपर्क करून विनंती करायचो, की आमच्याकडून टायर घेऊन तर पाहा.

एकदा ते खांडव्यात आले, तेव्हा मला भेटायला दुकानात आले. म्हणाले, ''मुला, तुझी पत्रं पोहोचली, फोन आले; पण आम्ही तुझ्याकडून टायर खरेदी करू शकलो नाही, याबद्दल दिलगीर आहे.'' ''अहो, यात तुम्ही कशाला वाईट

वाटून घेताय? ही काही फार मोठी गोष्ट नाही. तुम्ही आठवणीनं दुकानात आलात, हीच मोठी गोष्ट आहे. पुढच्या वेळेपासून कधीही तुम्हाला पत्र किंवा फोन करणार नाही, तुम्ही अगदी निश्चिंत असा,'' मी त्यांना म्हणालो; ''पण मला एक गोष्ट सांगाल का, की माझी नक्की काय चूक आहे, की तुम्ही माझ्याकडून टायर घेत नाही,'' मी धाडस करून विचारलंच शेवटी.

ते म्हणाले, ''अरे, असं अजिबात नाही. तुझ्यावर कशाला नाराज होऊ? आमच्याकडे नाती इतक्या सहज सोडून दिली जात नाहीत. आमच्या व्यवसायाचा अनेक वर्षांपासून एक नियम आहे. सगळ्या कामांसाठी एजन्सी ठरलेल्या आहेत. रंगारी, नोकर, चालक, हार्डवेअर, पेट्रोल पंप, टायर विक्रेता सगळेच कायमस्वरूपी काम करतात. लोक किंवा एजन्सी आम्ही सारखी सारखी बदलत नाही. टिकवल्यास आणि जोपासल्यास आदर कायम राहतो; आयुष्य सोपं होतं. जोपर्यंत कुठलीही मोठी अडचण येत नाही, तोपर्यंत आम्ही जुन्या लोकांना सोडत नाही. वडिलांच्या वेळेपासून आम्ही इंदूरमधील एका दुकानातून टायर खरेदी करीत आहोत. दोघांनाही कधीही एकमेकांमुळे अडचण नाही आली म्हणूनच जोपर्यंत एखादी मोठी अडचण येत नाही, तोपर्यंत आम्ही त्यांना सोडणार नाही. मात्र, त्यांच्यानंतर पहिला नंबर तुमचाच असेल, हे वचन मी नक्की देतो.'

■

लाखमोलाची गोष्ट

एखादा माणूस चांगला आहे, हे कसं ओळखायचं? तर याची सोपी आणि लहानशी चाचणी अशी, की ज्याचे मित्र आणि नोकर जुने आहेत, त्या माणसाची मूल्ये चांगली आहेत, असं समजावं.

■ आजचे काम उद्यावर ढकलू नका

त्याही दिवशी बँकेत चांगलीच गर्दी होती. व्यवस्थापकासमोर फायलींचा मोठा गठ्ठा होता आणि भेटण्यासाठी लोकांच्या रांगा लागल्या होत्या. मी एक प्रमाणपत्र घ्यायला गेलो होतो. मला पाहून त्यांनी हाक मारली आणि बसवून घेतलं. मी माझ्या कामाचं स्वरूप सांगून ''आजच प्रमाणपत्र मिळायला हवं, असं काही नाही. तुमच्या सोयीनं उद्या-परवा कधीही तयार ठेवलंत, तरी चालेल,'' असंही म्हणालो. त्यांनी शिपायाला सांगून चहा आणि प्रमाणपत्रांची फाइल आणायला सांगितली आणि म्हणाले, ''हे पाहा, प्रमाणपत्र तर उद्यासुद्धा मलाच तयार करायचंय. उद्याही इतकीच गर्दी असणार म्हणूनच मी आजचं काम कधीही उद्यावर ढकलत नाही. तुम्ही वाईट वाटून घेऊ नका तुम्ही उद्या पुन्हा याच कामासाठी येणार. तुमचाही वेळ जाणार. मलाही तुमच्यासाठी पुन्हा वेळ द्यावा लागणार माझाही वेळ जाणार.''

■

लाखमोलाची गोष्ट

जर तुम्ही योग्य काम करायला वेळ लावलात, तर काही वेळा योग्य कामही चुकीचं होऊन जातं, हे लक्षात ठेवायला हवं. उशिरा दिला गेलेला न्यायही अन्यायाचा चेहरा घेऊनच समोर येतो.

■ नैतिकता टिकवली, तरच दुणावतो आदर

इंदूरमध्ये राहणाऱ्या माझ्या एका ओळखीच्या व्यक्तीची ती बहीण होती. मीसुद्धा त्यांना 'दीदी' म्हणायचो. खांडव्यात न्यायाधीश म्हणून त्या आल्या होत्या. त्यांना साहित्याची आवड असल्यानं त्या मला भेटायला येत असत. त्या माझ्याशी आपुलकीनं वागत आणि मी त्यांना मोठ्या बहिणीचा मान देत असे.

माझ्या एका घट्ट मित्राचा खटला त्यांच्या न्यायालयात सुरू होता. मित्राला कुठून तरी आमच्यातील उत्तम स्नेहाविषयी कळलं आणि तो आला माझ्याकडे. माझा मित्र निर्दोष असल्याचं मला अगदी पहिल्यापासूनच माहिती होतं. खुन्नस काढण्यासाठी एका नेत्यानं त्याला अडकवलं होतं. मॅडमपाशी जाऊन माझी बाजू मांडायला त्यानं मला सांगितलं. कितीही जवळची व्यक्ती असली, तरी मी सरकारी अधिकाऱ्यांच्या ओळखीचा फायदा करून घेणं सहसा टाळतो. मित्राचा खटला अत्यंत गंभीर होता आणि त्यात त्याला मोठीच शिक्षा झाली असती म्हणून मी तयार झालो.

फोनवरून वेळ घेतली आणि रविवारी मी त्यांच्या घरी गेलो. हवापाण्याच्या गप्पांनंतर हळूच मी मित्रच्या खटल्याच्या विषयावर गाडी आणली. अत्यंत प्रामाणिकपणे मी मित्राची बाजू सांगितली आणि दीदीकडे मदतीची अपेक्षा केली. माझ्या अपेक्षेपेक्षा त्यांचं उत्तर भलतंच होतं.

''अरे भावा, न्यायाधीश होण्याच्या नियुक्तीचं पत्र आलं, तेव्हा बाबा पेढ्यांबरोबर एक धर्मग्रंथही घेऊन आले. पेढा भरवला आणि म्हणाले, की आज आपल्याकडे संपत्ती आहे, कदाचित उद्या नसेल. मीही कुणाच्या तरी प्रभावाखाली येऊन कदाचित तुझ्या न्यायक्षेत्रात ढवळाढवळ करीन; पण तू या धर्मग्रंथावर हात ठेवून शपथ घे, की स्वतःच्या वडिलांनी जरी कुणाची बाजू उचलून धरून तुझ्यावर दबाव टाकण्याचा प्रयत्न केला, तरी तू तुझ्या निर्णयावर ठाम राहशील. तुझ्यासमोर आलेल्या प्रकरणात ज्याची बाजू तुझ्या मते योग्य असेल, त्याला योग्य न्याय मिळेल,'' असं सांगताच दीदीच्या डोळ्यांत पाणी आलं. त्या म्हणाल्या, ''अरे, माझ्या सख्ख्या भावंडांपेक्षाही माझं तुझ्याशी छान जमतं; पण या प्रकरणात मला माफ कर. तुमच्या मित्राला कदाचित शिक्षा होईल किंवा त्याला जामीन मिळेल किंवा त्याची निर्दोष सुटकाही होईल; पण न्यायालयात जे काही समोर साक्षीपुरावे ठेवले जातील, त्यावरूनच न्यायदान

होईल.'' खुर्चीवरून मी उठलो आणि दीदीला वाकून नमस्कार केला. माझ्या मनात त्यांच्याविषयीचा आदर आणखी वाढला.

मी त्यांना म्हणालो, ''दीदी, अनेक विसंगती असूनही आपला देश इतका व्यवस्थित कसा चालला आहे, हे मला आज कळलं. इथल्या गर्द काळोखात तुम्ही आणि तुमच्या वडिलांसारखे काही जण आहेत, जे प्रकाशाची वाट दाखवत आहेत.''

■

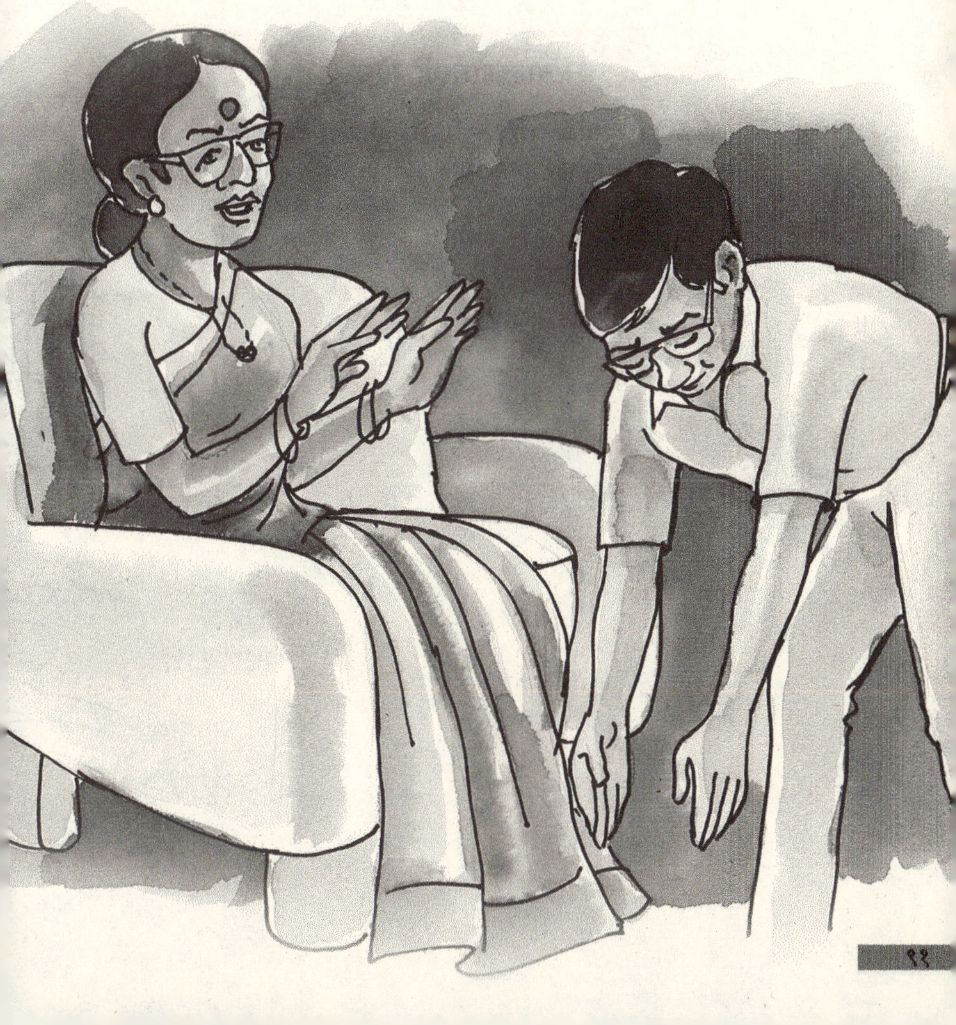

लाखमोलाची गोष्ट

नैतिक मूल्यांवर तुम्ही अडून राहिलात, तर एखाद्याच्या कामी न येताही तुमचा आब वाढतो; आदर दुणावतो. नैतिकता सोडून तुम्ही काम करीत असाल, तर कामासाठी उपयोगी असूनही माणूस म्हणून तुमची किंमत राहत नाही.

■ देवाचं जग

भाजीचं एक टोपलं कॅरियरवर, दोन मागच्या लाकडी पट्टीवर, दोन टोपल्या समोरच्या हँडलवर आणि पोत्यासारखी एक पिशवी दांडीवर अडकवणं म्हणजे जवळपास पूर्ण भाजीचं दुकानच घेऊन तो सायकलवर फिरायचा. सायकलचा सुयोग्य उपयोग कुणी याच्याकडून शिकावा. गल्लीत त्याची जोरदार हाळी घुमायची. सगळ्यांना प्रत्येक वाक्यानंतर 'देवा,' असं म्हणायचा. समजा कुणी विचारलं, ''बटाटे कसे दिले?'' उत्तर येई, ''पाच रुपये किलो, देवा.'' ''कोथिंबीर आहे का?'' ''अगदी ताजी आहे देवा.'' तो सगळ्यांना 'देवा' म्हणायचा, त्यामुळे सगळे लोकही त्याला 'देवा' म्हणूनच हाक मारू लागले.

'देवा', 'देवा' ऐकून मला अगदी चीड यायची. मी त्याला विचारलं, ''तुझं खरं नाव तरी आहे की नाही?'' ''आहे ना देवा, भैयालाल पटेल.'' मी म्हणालो,

"भैयालाल, तू सगळ्यांना 'देवा' का म्हणतोस?" त्याचं उत्तर माझ्यासाठी अनपेक्षित होतं.

"देवा, मी पहिल्यापासूनच अडाणी माणूस आहे. गावात भाजीच्या शेतात मजुरी करायचो. एकदा आमच्या गावात 'भागवत कथा' होती. एक संत आले होते. पूर्ण कथा तर काही मला नीट समजली नाही; पण एक वाक्य माझ्या डोक्यात अगदी 'फिट' बसलं. ते म्हणाले, की प्रत्येक माणसात देव आहे; शोधण्याचा प्रयत्न तर करा. तुमचा शोध सुरू ठेवा. काय माहीत, कुणामध्ये तुम्हाला देव सापडेल आणि तुमचा उद्धार करील? बास तेव्हापासून मी प्रत्येकाला 'देवा' म्हणून हाक मारतो. त्यानंतर चमत्कार झाला. माझा दृष्टिकोन बदलल्यामुळे जगातला वाईट माणूसही माझ्यासाठी देव झाला. दिवस बदलले आणि मजूर म्हणून काम करत होतो, तो आता व्यापारी झालो. सुख, समृद्धी दाराशी येऊ लागली. माझ्यासाठी तर सगळं जगच 'देव' झालं."

■

लाखमोलाची गोष्ट

आयुष्य एक प्रतिध्वनी आहे. तुम्ही ज्या प्रकारे आवाज द्याल, त्याच प्रकारे तुम्हाला उलटून आवाज ऐकू येईल.

■ पुष्पगुच्छ

एक दिवस एका टायर कंपनीचा अधिकारी सांगू लागला, की त्याला लहानपणापासून कुणीतरी दर वाढदिवशी एक पुष्पगुच्छ पाठवतं. सुरुवातीला तर त्यानं बराच शोधण्याचा प्रयत्न केला; पण तो पुष्पगुच्छ इतका आनंद द्यायचा, की नंतर त्याचा शोध घेणं शेवटी थांबवलं.

आईला विचारल्यावर आई म्हणायची, ''ज्यांची औषधं तू आणून देतोस, ते तिवारी सर असतील कदाचित किंवा ज्यांना तू थंड पाणी प्यायला देतोस, ते शेजारचे किराणा दुकानदार कन्हैया सेठ असतील कदाचित.'' थोडा आणखी

मोठा झाल्यावर वाटू लागलं, की कदाचित कुणी वर्गात शिकणारी मुलगी असेल, जिला मी आवडत असेन. ते अधिकारी आणि त्यांची आई अनेक शक्यतांवर विचार करत राहत. नंतर आयुष्यात अनेक महत्त्वाच्या गोष्टींमध्ये या पुष्पगुच्छाविषयी विचार करायला उसंतच उरली नाही. शिक्षण संपलं, नोकरी सुरू झाली, बदल्या होत गेल्या, देशभर भटकलो; पण पुष्पगुच्छ मात्र मी कुठेही गेलो, तरी दर वर्षी येतच राहिला. याचदरम्यान एक दिवस आई गेली. पुढच्या वाढदिवशी पुष्पगुच्छ येणं थांबलं.

■

लाखमोलाची गोष्ट

पक्ष्याला घर देणारी, भटक्याला सावली देणारी आणि विज्ञानाच्याच भाषेत बोलायचं, तर आयुष्याला प्राणवायू पुरवणारी आई एका वृक्षासारखी असते. आईला गमावल्यावर गमावण्यासारखं काहीच उरत नाही.

■ आभाळाची माया

जवळच्या गावातले एक ज्येष्ठ निमाडी माझ्याकडे येत असत. मेहनती आणि हसतमुख. मोठे जमीनदार असूनही अत्यंत साधे. गप्पांमध्ये ते मुलाचा उल्लेख कायम करत. त्यांचा मुलगा भोपाळमधल्या एका बँकेत वरिष्ठ अधिकारी होता. ''माझा मुलगा तर चांगलाच मोठा साहेब आहे. ऐशआराम आहे त्याला अगदी. गाडी आहे, हाताशी ड्रायव्हर आहे. श्रीमंतीत जगतोय अगदी.'' हे ऐकून माझे आणि माझ्या कर्मचाऱ्यांचे कान किटले होते अगदी.

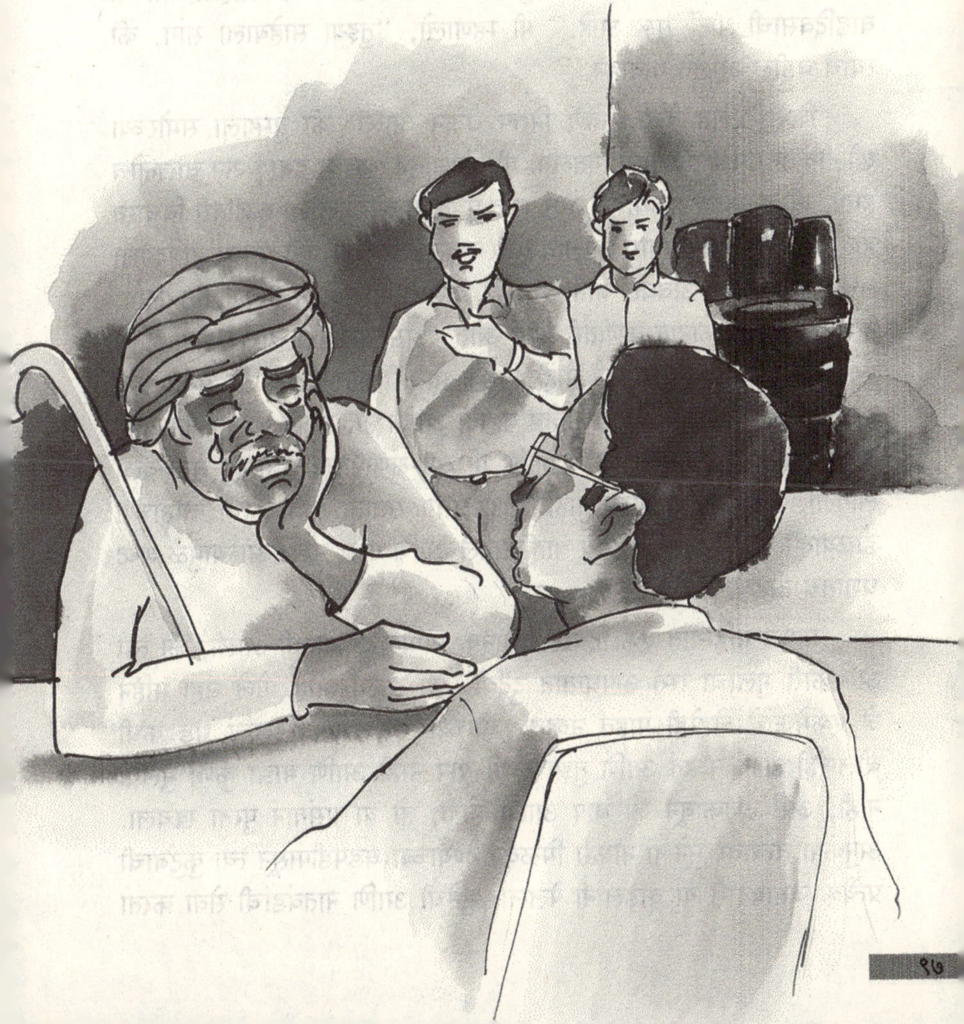

गेल्या काही दिवसांपासून ते येत तर होते; पण मुलाचं कौतुक आता थांबलं होतं. एक दिवस मीच सहज विचारलं, ''दरबार, मुलगा काय म्हणतो तुमचा?'' ते ऐकून त्यांचा चेहरा लालेलाल झाला आणि डोळ्यांतून अश्रू वाहू लागले. त्यांनी सांगितलेलं माझ्याकडून लिहिलं जाणंही अवघड आहे. त्यांच्याच शब्दांत हे ऐकायला हवं.

''गेल्या महिन्यात माझ्या मुलाचा वाढदिवस होता. त्याच्या आईनं त्याच्यासाठी अगदी साजूक तुपातले लाडू करून माझ्याकडे दिले. मुलाच्या वाढदिवसाला म्हणून मी रात्री आठ वाजता ते घेऊन त्याच्या घरी पोहोचलो. त्याच्या घराची बेल वाजवली, तेव्हा शिपाई धावत आला. शिपाई नवा होता, त्यामुळे त्यानं विचारलं, ''तुम्ही कोण? साहेब आत आहेत. त्यांच्या वाढदिवसाची पार्टी सुरू आहे.'' मी म्हणालो, ''तुझ्या साहेबाला सांग, की त्यांचे वडील आलेत गावाहून.''

शिपाई आत गेला आणि निरोप घेऊन आला, की तुम्हाला समोरच्या खोलीत आराम करायला सांगितलंय. मी अंगणातून लाडूचा डबा घेऊन चाललोच होतो, की इतक्यात माझ्या कानावर शब्द पडले माझ्या मुलाला कुणीतरी विचारत होतं, की कोण हा म्हातारा आलाय? तर त्यानं उत्तर दिलं, की माझ्या बायकोला सध्या काम करणं अवघड जातं. त्यामुळे वडिलांनी गावाहून नोकर पाठवलाय. ते ऐकून माझ्या कानात कुणीतरी शिसं ओतत असल्यासारखं वाटलं मला. तिथे एक मिनिटंही मग मी थांबलो नाही. तडक माघारी फिरलो. शिपाई समोर उभा होता. त्याला म्हणालो, ''तुझे साहेब बहादूर आहेत ना, त्यांना जाऊन सांग, की या क्षणापासून तुझा बाप मेला'' आणि मी त्या क्षणापासून हे मानून चालायला लागलो, की मला मुलगाच नाही.'' हा प्रसंग सांगता सांगता त्या ज्येष्ठांच्या डोळ्यांतून पुन्हा घळाघळा अश्रू वाहू लागले आणि गळा भरून आल्यामुळे शब्द घशातच अडकले.

सहाच महिन्यांत एक दिवस अचानक भोपाळहून बातमी आली, की त्या अधिकारी मुलाचा रस्ते अपघातात दुर्दैवी मृत्यू झाला आहे. गेले सहा महिने जे एकमेकांचे चेहरेही पाहत नव्हते, ज्याच्या कुटुंबाशी वडिलांचं धड कधी बोलणंही झालं नव्हतं आणि तुझा कुणी बाप नाही आणि माझा कुणी मुलगा नाही, असं ठणकावून जो बाप आला होता, तो या प्रसंगानं पुरता खचला. अनुकंपा तत्त्वावर सुनेला नोकरी मिळवून देण्याच्या धडपडीपासून त्या कुटुंबाची प्रत्येक जबाबदारी या वडिलांनी पेलली. सुनेची आणि नातवंडांची सेवा करता

करता वडिलांनी भोपाळच्या त्याच घरात प्राण सोडले, ज्या घराचा उंबरठाही न ओलांडण्याची शपथ घेतली होती.

■

लाखमोलाची गोष्ट

मोठ्यांशी होत असलेल्या आपल्या वागण्यातून आपल्याशी कसं वागायचं, हे आपली मुलंही शिकत असतात.

■ हृदय परिवर्तन

बऱ्याच प्रयत्नांनंतर आमच्या मित्राच्या घरी मुलगा जन्माला आला होता. सगळ्यांचा लाडका होता तो. कधी याच्या मांडीवर, तर कधी त्याच्या कडेवर असं चालायचं. त्याला शिंक आली, तरी संपूर्ण कुटुंब अस्वस्थ व्हायचं. गेल्या सहा दिवसांपासून त्याची तब्येत बिघडलेली होती आणि तो बरं होण्याचं काहीही चिन्ह दिसत नव्हतं. कदाचित, कुणाची नजरच लागली होती. सगळ्या चाचण्या केल्यानंतर हृदयात छिद्र असल्याचं लक्षात आलं. तातडीनं त्यांना मुंबईला जायला सांगण्यात आलं. तिकडे डॉक्टरांची अपॉइंटमेंट तर मिळाली; पण रेल्वेत आरक्षण कुठलं मिळायला? गर्दीचे दिवस होते. रेल्वेत तर पाय ठेवायलाही

जागा नव्हती. सगळ्यांनी त्यांना सांगितलं, की जे होईल, ते रेल्वेत पाहून घेता येईल. किमान इथून तर निघा. रात्रीचे ११ वाजले होते. खांडव्यातील फलाट क्रमांक ११. खचाखच भरलेली कलकत्ता मेल फलाटावर लागली. सगळ्या टीसींनी जागेविषयी विचारताच 'नाही' म्हणून सांगितलं. मी एका ज्येष्ठ तिकीट तपासनीसाला पकडलं आणि त्याला माझी परिस्थिती सांगितली. म्हणालो, ''काका, तुमच्या वयावरून तरी तुम्ही लवकरच निवृत्त होणार असाल, असंच वाटतंय, इतकी वर्षं भरपूर पैसे कमावले असतील, आता थोडं पुण्यही कमवा.'' तिकीट तपासनीससुद्धा चांगलाच तयारीचा निघाला. या बोलण्यामुळे जराही हेलावला नाही.

अनुभवानं सांगतो, की या देशात सगळ्या वाटा बंद होतात, तेव्हा एकच गोष्ट चमत्कार करून दाखवते, ती म्हणजे 'महात्मा गांधी' म्हणजेच पैसा.

शेवटी मी हातचा एक्का काढला आणि म्हटले, ''चार लोक, चार हजार.'' त्यानं छद्मीपणे हसून माझ्याकडे पाहिलं आणि म्हणाला, ''ठीक आहे, करू या सोय. बसा तुम्ही.'' पुढच्या स्थानकावर तो आला. तिकिटाचे पैसे घेऊन वर चार हजार रुपयेही घेतले. कोण जाणे, त्याला काय वाटलं; पण त्यानं अचानक एक हजार रुपये परत केले आणि म्हणाला, ''मुलगा तर चांगलाच तापलाय. चांगले उपचार करून घ्या. माझ्यासाठी तीन हजारच पुरेसे आहेत.''

दहा मिनिटांनी तोच टीसी परत आला आणि म्हणाला, की माझ्यासाठी दोन हजार रुपयेही पुरेसे आहेत, असं म्हणून त्यानं आणखी एक हजार रुपये परत केले. आणखी थोड्या प्रवासानंतर त्यानं परत येऊन एक हजार रुपयेच नाही, तर सगळेच्या सगळे दोन हजार रुपयेही परत केले आणि म्हणाला, ''साहेब, तुम्ही बरोबर ओळखलंत, पुढच्याच वर्षी मी निवृत्त होणार आहे. पूर्ण नोकरीच्या काळात मी खूप पैसे कमावले; पण आज तुमच्या शब्दांनी हृदयात खोलपर्यंत काही हललं. आजपासून ठरवलं, की पुढचं संपूर्ण वर्ष फक्त पुण्य कमवायचं तुम्हीही माझ्यासाठी प्रार्थना करा.''

यापुढे बोलायला गेला, तेव्हा त्याचा गळा दाटून आला आणि डोळे भरून आले.

■

लाखमोलाची गोष्ट

सत्ययुगात देवांचं दानवांशी युद्ध होत असे. दोघंही वेगवेगळ्या ठिकाणचे होते. त्रेतायुगात राम आणि रावण यांच्यात युद्ध झालं. दोघंही वेगवेगळ्या देशांमधले होते. द्वापारयुगात कौरव आणि पांडवांचं युद्ध झालं. दोघंही वेगवेगळ्या भावांची मुलं होती. प्रत्येक युगात सीमा संकुचित होत चालल्या आहेत. हे कलियुग आहे. इथं आपलं युद्ध कुणा दुसऱ्याबरोबर नाही, तर स्वत:शी आहे. आपल्याच आत असुर, रावण किंवा कौरव होऊन लपून बसलेल्या शत्रूशी आपल्याला युद्ध लढायचं आहे.

■ सर्वोच्च मान

ते खूप मोठे संत होते. त्या दुपारी जरा ते निवांत असल्यासारखे वाटले. भक्तांनी त्यांना घेरले होते. बदलत्या काळातल्या कौटुंबिक नात्यांविषयी गप्पा सुरू होत्या. अचानक त्या संतानं प्रश्न विचारला, ''सांगा बरं, आपल्या आयुष्यात आई-वडिलांना किती मान आहे?'' सगळ्यांनी एका स्वरात उत्तर दिलं, ''देवापेक्षाही वरचे.''

त्यांनी आश्चर्यानं विचारलं, ''हे कसं शक्य आहे? देवापेक्षाही कुणी कधी मोठं असू शकतं का?'' सगळेच निरुत्तर झाले. हळूच एक भक्त म्हणाला, ''आई-वडिलांनी आपल्याला जन्म दिलाय म्हणून.'' दुसरा म्हणाला, ''त्यांनीच आपल्याला हे जग दाखवलं.'' तिसरा म्हणाला, ''ते आपल्या सुख-दुःखाची काळजी घेतात.'' संत म्हणाले, ''ही सगळी कामं तर देवाच्या मर्जीनंच चालतात ना? मग आई-वडील देवापेक्षा मोठे कसे काय?'' भक्त पुन्हा निरुत्तर झाले आणि खोलीत शांतता पसरली.

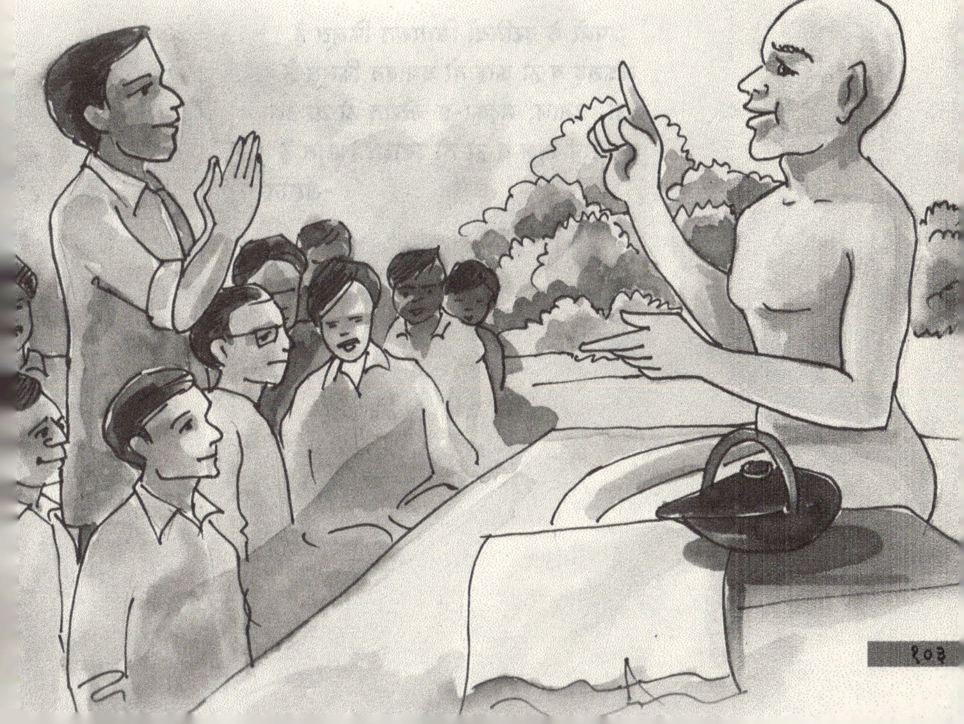

संत म्हणाले, ‘‘तुम्ही सगळ्यांनी योग्य तेच सांगितलं. आई–वडील देवापेक्षा मोठेच आहेत; पण तुम्ही सांगितलं, त्या कारणानं नाही. मी सांगतो, त्यांचा मान देवाहून मोठा का, ते.’’

काही वेळ संत थांबले आणि मग म्हणाले, ‘‘देवानं जेव्हा आपलं भविष्य लिहिलं, तेव्हा त्यात सुख–दुःख, फायदा–तोटा आणि यशापयश सगळं लिहिलं. जगात एकही अशी व्यक्ती नाही, की देवानं त्याच्यासाठी फक्त चांगलंच लिहिलं असेल. अगदी राम आणि कृष्णासारख्या अवतारांच्या बाबतीतही नाही. फक्त आई–वडीलच असे आहेत, जे आपल्या मुलांसाठी फक्त आणि फक्त चांगलं व्हावं, सुख आणि यश मिळावं, अशी अपेक्षा करतात. याचसाठी आई–वडिलांना देवापेक्षाही वरचा मान आहे. आई–वडील आनंदी नसतील, तर देवाची कितीही पूजा करा, तुम्हाला काहीही फायदा होणार नाही.’’

■

लाखमोलाची गोष्ट

अपनों के दरमियाँ सियासत फिजूल है
मकसद न हो कोई तो बगावत फिजूल है
रोजा, नमाज, सदका-ए-खैरात हो या हज
माँ-बाप खुश न हो तो इबादत फिजूल है

-अज्ञात

■ खरी प्रार्थना

प्रार्थना आणि पुण्याबरोबरच स्वच्छता आणि चांगल्या व्यवस्थेचं उत्तम उदाहरण म्हणजे बुरहानपूर येथील दरगाह-ए-हकीमी. बोहरी समाजाच्या या प्रार्थनास्थळात येऊन असं वाटतं, की जणू काही तुम्ही एखाद्या दुसऱ्याच देशात आला आहात. खांडव्याच्या जवळच बुरहानपूर आहे. सुट्टी असल्यामुळे एक दिवस पूर्ण कुटुंबासोबत दर्ग्याच्या दर्शनासाठी जायचं ठरलं. दर्ग्यात प्रवेश केल्यानंतर आम्ही आमची पाळी यायची वाट पाहू लागलो; कारण रांग बरीच लांबपर्यंत होती. जरा जास्तच वेळ जाईल, असंच वाटत होतं. आम्हाला खांडव्याला परतही यायचं होतं. गर्दी बघून आम्ही परत जायचं ठरवलं. दर्ग्याचं दर्शन नंतर कधीतरी. आम्ही रांगेतून बाहेर पडतच होतो, इतक्यात बोहरी समाजातील एका ज्येष्ठानं विचारलं, ''काय झालं? तुम्ही दर्शन घेणार नाही का?'' आम्ही आमची अडचण

सांगितली. ते रांगेतून बाहेर पडले, आम्हाला सोबत घेतलं आणि सगळ्यात पुढे नेऊन उभं केलं. तिथं उभ्या असलेल्या लोकांना आमची अडचण सांगितली आणि सगळ्यांनी आम्हाला अगदी सहज पुढे उभं राहू दिलं. दर्शन घेणाऱ्यांच्या आणखी तीन-चार बस तितक्यात आल्याचं आम्ही पाहिलं. रांग आणखी लांबवर गेली. बोहरी समाजातील जो माणूस आम्हाला सगळ्यात पुढे घेऊन आला होता, तो सर्वांत मागे जाऊन उभा राहिला. मी कुटुंबाला तिथेच सोडून त्यांच्या मागे गेलो आणि त्यांना विचारलं, ''काका, एक तर आमच्याबरोबर पुढे चला किंवा तिथंच उभे राहा, जिथून तुम्ही जागा सोडली होती.'' त्या सज्जन माणसानं जे उत्तर दिलं, ते माझ्या आजही चांगलंच लक्षात आहे. ते म्हणाले, ''तुम्ही आमचे पाहुणे आहात. मी तुम्हाला रांगेत कुठेही उभं राहायला जागा करून देऊ शकतो; पण मी बोहरी समाजातला आहे म्हणजेच मी यजमान आहे. मला नियमानुसार मागेच उभं राहिलं पाहिजे. मध्येच मी चुकीच्या पद्धतीने रांगेत घुसलो, तर 'दरगाहे-हकीमी'चं दर्शन तर होईल; पण माझी प्रार्थना मान्य केली जाणार नाही.

■

लाखमोलाची गोष्ट

जानवर, आदमी, फरिश्ता, खुदा
आदमी की हैं सैंकड़ो किस्में
- अलताफ हुसैन 'हाली'

■ उच्च प्रतीचेच

आमच्या निमाड शहरात दोनच ऋतू असतात. एक उन्हाळा आणि दुसरा अति उन्हाळा. ज्येष्ठ महिन्यातील तापती दुपार होती. रस्त्याची शांततेशी कुजबुज सुरू होती. धान्याचा व्यापारी असलेल्या माझ्या एका मित्राच्या दुकानाशेजारी दह्याची लस्सी एकदम फर्मास मिळते. वेळ होता म्हणून गेलो. मित्राच्या दुकानात बसून थंडगार लस्सीचे घोट घेत गप्पा सुरूच होत्या, इतक्यात समोरून एक काका आले. या काकांचा फळांचा स्टॉल होता; पण ते अत्यंत दिलखुलास व्यक्ती होते. ''लस्सी पिणार का काका?'' मित्रानं विचारलं.

''नाही रे पोरा, माझे रोजे सुरू आहेत.'' ''आदेश काका, कसं काय येणं केलंत?'' ''पोरा, अनाथाश्रमासाठी पाच किलो गहू पाठवून दे आणि मला पैसेही सांग, मी ते जाता जाता देऊनच जातो. यंदा मला रमजानच्या वेळी दहा पोती दान करायची होती; पण काय सांगू, व्यापार सध्या ठीक नाही चाललेला.''

"काका, आत्ता तर फक्त शरबती (देशातील सर्वांत उच्च प्रतीचे) गहू आहेत. दोन-एक दिवसांत हलक्या प्रतीचे गहू येतील. मी स्वतःहून पाठवेन. तुम्ही निश्चिंत राहा," मित्र म्हणाला.

काका एकदम ओरडले, "तुला कुणी सांगितलं, हलक्या प्रतीचे गहू पाठवायला?"

मित्र म्हणाला, "कुणीच नाही काका; पण दान देण्यासाठी मोठमोठे लोकसुद्धा हलक्या प्रतीचे गहू नेतात. उलट जरा कमीच नेतात. शरबती तर खूपच महाग पडेल."

काका पाणावलेल्या डोळ्यांनी म्हणाले, "घरी शरबती खाऊन अनाथालयात दान म्हणून हलक्या प्रतीचा गहू पाठवून वर मी देवाकडून पुण्याची अपेक्षा करू? असं दुटप्पी वागणं मला नाही जमणार. मी गरीब नक्की आहे; पण बेइमान नाही. माझी मुलं जे खातील, तेच अनाथालयातील मुलं खातील."

सेल्फ आणि सेल्फीच्या जमान्यात काकांचं बोलणं ऐकून असं वाटलं, की तळपत्या उन्हात श्रावणातील सर अंगावर बरसते आहे.

■

लाखमोलाची गोष्ट

तुम्हाला हृदयाचा झटका येऊन गेला असेल, तर तुम्ही शरीराची देखभाल कशी कराल? त्यानुसारच जेवणखाण आणि दिनक्रम ठरवाल ना? तुमच्या आयुष्याची दोनच वर्षे उरली असतील, तर तुम्ही मेंदूने विचार करून पाहा, की काय कराल? त्यानुसार नियोजन करा. हृदयाने विचार करायचा झाल्यास तुमची प्रत्येक गोष्ट दुसऱ्या माणसापर्यंत पोहोचतेच, हे नीट लक्षात ठेवा. लोक लपूनछपून तुमचं बोलणं ऐकतात, हे लक्षात ठेवूनच बोला. याचप्रमाणे विषय धर्माचा असेल, तर परोपकार अशा पद्धतीने करा, की दर तीन महिन्यांनी तुमच्या कामाचा हिशेब होणार आहे. यामुळे तुम्ही वाट चुकणार नाही.

■ पती परमेश्वर

बाजारहाटीचा रविवार होता. बाजारात नेहमीपेक्षा जरा जास्तच गर्दी होती, विशेषत: ग्रामीण लोकांची. इतक्यात काहीतरी गोंधळ कानावर आला. पाहिलं, तर एक मध्यमवयीन गृहस्थ एका महिलेला बेदम मारहाण करत होता. ती निर्दोष महिला रडत होती; पण काहीही प्रतिकार करत नव्हती. असं वाटत होतं, की जणू काही ते पती-पत्नी आहेत. गोंधळ संपत नाहीसे पाहून गर्दीतून एक धष्टपुष्ट माणूस पुढे आला. आल्या आल्या त्यानं त्या मध्यमवयीन गृहस्थाच्या कानशीलात वाजवली आणि म्हणाला, ''अरे, का मारतोय त्या बिचारीला? खबरदार, पुन्हा हात उचललास तर माझ्याशी गाठ आहे.''

आम्हाला वाटलं, थांबलं भांडण; पण प्रसंगानं अचानक वेगळंच वळण घेतलं. दोन क्षणांपूर्वी जी लाचार, सहनशील महिला होती, तिच्यात देव जाणे कुठून एवढं बळ आलं आणि तिनं रौद्र रूप धारण करून त्या धष्टपुष्ट माणसाचा

हातच पकडला. ती चिडून बोलली, ''ते माझे पती परमेश्वर आहेत. देव आहेत ते माझ्यासाठी. त्यांनी दिलेलंच जेवते मी आणि त्यांचं प्रेम आहे माझ्यावर. कुठल्या तरी कारणावरून आज माझ्यावर नाराज झाले आहेत आणि उचलला त्यांनी हात. मला कापून माझे तुकडे केले, तरी चालेल मला; तुमचा काय संबंध त्यांच्यावर हात उगारण्याचा? चल निघून जा इथून आणि यांना पुन्हा जराही त्रास दिलास, तरी लक्षात ठेव माझ्यापेक्षा वाईट कुणी नसेल.'' ■

लाखमोलाची गोष्ट

जगात विश्वास अजून टिकून आहे, अगदी मिठासारखा. वल्ह्याच्या विश्वासावर नाव समुद्र ओलांडते. पावसाच्या विश्वासावर बी मातीत पेरलं जातं. एकमेकांच्या उणिवा सांभाळून घेऊन एकत्रित आयुष्य आनंदानं विनाअडथळा चालत राहतं. आयुष्याला त्याच्या गुण-दोषांसह स्वीकारावं लागतं. स्त्री-पुरुषाचा एकत्रित प्रवास यालाच म्हणतात, ते कायमच एकमेकांसाठी आहेत.

दिव्यांग

इंदूरच्या बाजारातून दिवसभराचं काम संपवून थकून भागून हॉटेलवर पोहोचलो. खोलीत पोहोचताच धप्पकन पलंगावर आडवा झालो. ''जेवायचं नाही का?'' माझ्या सहकाऱ्यानं विचारलं आणि म्हणाला, ''चल, खाली जाऊ रेस्तराँमध्ये.'' मी म्हटलं, की हलकंसंच काहीतरी खोलीतच मागवू या.

इथल्या खोल्या, भिंती, कॉरिडॉर आणि लिफ्टमध्येही प्रत्येक ठिकाणी काही ना काही प्रेरणादायक वाक्ये लिहिलेली असतात म्हणून 'हॉटेल लेमन ट्री' मला प्रचंड आवडतं. माझ्यासारख्या वाचनप्रिय माणसाला यापेक्षा उत्तम मेजवानी काय असू शकते? इंटरकॉमवरून 'रूम सर्व्हिस'साठी संपर्क केल्याक्षणी पलीकडून वेटर फोनवर आला. मी म्हणालो, ''तू फक्त डाळ–भाताची एक खिचडी दे पाठवून.'' उत्तरादाखल त्यानं काही तरी इशारा केला; पण मला ते कळलं नाही. त्यानं टेबलावरून कागद आणि पेन उचललं आणि लिहिलं, की मी ऐकू शकत नाही. कृपया, तुमची ऑर्डर लिहून द्या.

मी अवाक् झालो. इतका चांगला आणि स्मार्ट तरुण, तोही दिव्यांग? मग मी ऑर्डर लिहून दिली.

हॉटेलमधून चेक आउट करताना मी व्यवस्थापकाला विचारलं, की तुमच्या इथं दिव्यांग वेटरलाही नोकरी मिळते? आश्चर्य आहे. तो जे म्हणाला, त्यानं मी थक्क झालो. ''यात त्यांचा बिचाऱ्यांचा काय दोष? निसर्गानंच त्यांना दिव्यांग करून पृथ्वीवर पाठवलंय; पण ते आपल्याच समाजाचा भाग आहेत ना, त्यामुळे त्यांना ताकद देण्याची जबाबदारी आपलीच आहे. आम्ही त्यांना विशेष प्रशिक्षण देऊन त्यांना आत्मविश्वास देण्याची जबाबदारी घेत आहोत. त्यांची खुणांची भाषा आमच्या कर्मचाऱ्यांना समजावी, यासाठी त्यांनाही विशेष प्रशिक्षण दिलं आहे. दिव्यांगांच्या मदतीसाठी सदान्कदा सरकारकडेच मागण्या करायच्या, हे काही योग्य नाही. यांना आपल्या बरोबरीनं उभं करणं आपलंही कर्तव्य आहेच ना?''

■

लाखमोलाची गोष्ट

पायानं अधू असलेला कुबड्या घेऊन चालू शकतो. हात नसलेला पायांनी आणि डोळे नसलेला ऐकून काम करू शकतो. कान नसलेली व्यक्ती मशिनचा वापर करू शकते; पण विचारांनी अपंग असलेल्या व्यक्तीसाठी कुठलाही आधार उपयोगाचा नाही. विचार सुंदर असतील, तरच सुंदर समाजरचना होऊ शकते.

■ धडा शिकलो

उन्हाळ्याच्या सुट्ट्या आजोळी, मामाकडे घालवणारी आमची पिढी आहे. महाराष्ट्रातील एक जिल्हा आहे वाशिम. हेच आमच्या आईचं माहेर आहे. अनेक वर्षांनंतरही तिथे घालवलेले क्षण सातत्यानं डोळ्यांसमोर येत राहतात. तिथला बाजार, तिथल्या गल्ल्या, चौक, मजा, मस्ती सगळं काही चित्रासारखं समोर तरळत राहतं. आता फार वेळा नाही; पण वर्षभरात जेव्हा जाणं होतं, तेव्हा मी पूर्ण गावात एक फेरी मारून जुन्या आठवणींत रमतो. या वेळी दोन-तीन वर्षांनी जाणं झालं. पूर्वी जसा सायकल रिक्षातून फिरायचो, तसाच यंदाही वाशिममध्ये सायकल रिक्षातूनच फिरून यावं, असा विचार करत होतो. चौकात पोहोचल्यावर लक्षात आलं, की तिथं एकच सायकल रिक्षावाला आहे. मी त्या सायकल रिक्षात बसल्यावर माझी नजर अचानक त्याच्या पायावर गेली. तो एका पायानं अधू होता. ''तू रिक्षा कसा काय चालवणार? एक पाय तर नाहीये तुला,'' मी विचारलं. त्याचं उत्तर रात्रीबेरात्री कधीही माझ्या कानात घुमतं.

त्यानं एका पायडलवर स्वत:चा पाय आणि दुसऱ्यावर आपली कुबडी ठेवली आणि रिक्षा चालवत निघाला आणि म्हणाला, ''भाऊ, गरिबांची रिक्षा पायावर नाही, पोटावर चालते.''

■

लाखमोलाची गोष्ट

तुमच्याकडे एखाद्या प्रश्नाचं उत्तर नसेल, तर तुम्हालाच प्रश्नच पडलेला नाही, हे नक्की! मात्र, परिस्थितीसमोर दोन हात करणाऱ्यापासून अडचणीही चार हात दूर पळतात.

■ हलक्या प्रतीचा तांदूळ

किराणा दुकानात वाणसामान आणायला सहसा मी कमीच जातो. हा विभाग खरं तर बाबा सांभाळायचे; पण या वेळी आईनं मला पाठवलं. म्हणाली, "किराणा दुकानातून फोन आला होता. तांदूळ चांगले आले आहेत. संपायच्या आत घेऊन ये."

किराणा दुकानात एक ओळखीची महिला भेटली. आमच्या जुन्या गल्लीतील शेजाऱ्याची पत्नी. त्यांच्याकडे पैसेही चांगलेच होते आणि त्या श्रीमंतही होत्या. मी पुढे होऊन म्हणालो, "नमस्कार काकू. कशा आहात?" "तांदूळ घ्यायला आलेय अरे," त्या म्हणाल्या. मी म्हणालो, "हा घ्या. छान बासमती आलाय या वेळी. मीसुद्धा तोच घेतलाय." त्यांनी दुकानादाराला सांगितलं, "नको बाळा,

मला त्या समोरच्या गोणीतून कंट्रोलचे तांदूळच दे.'' मी म्हणालो, ''तुम्ही तर इतक्या सहजपणे पैसे खर्च करता, मग तांदळाच्या बाबतीत कंजूषपणा कशासाठी? काकू, तुम्ही इतके हलक्या प्रतीचे तांदूळ खाऊ नाही शकणार.'' हे ऐकताच काकूंच्या डोळ्यांतून अश्रू वाहायला लागले. म्हणाल्या, ''अरे मुला, तू तर शेजारी होतास आमचा. तुला तर माहिती आहे, की मला आणि माझ्या मुलाला तांदूळ किती आवडतात. आम्ही आयुष्यभर बाजारातून सगळ्यांत उत्तम तांदूळ आणून खात राहिलो. मी तर एक वेळ चालवूनही घेईन; पण माझ्या मुलाला नाही चालणार. काही महिन्यांपूर्वीच माझ्या मुलाच्या वसतिगृहावर गेले होते. तिथल्याच खाणावळीत जेवले. समोर आलेला भात पाहून थक्क झाले. एकदम वाईट प्रतीचा, मोठा, जाडा आणि कंट्रोलचा तांदूळ. मला वाटलं, इतक्या हलक्या प्रतीचा तांदूळ माझा मुलगा कसा काय खाणार? पण हळूहळू तो काहीही न बोलता खात राहिला. जेव्हापासून घरी परतले, तेव्हापासून माझ्या घशाखाली बासमतीचा एक दाणाही उतरला नाही. सतत माझ्या डोळ्यांसमोर माझ्या मुलाचा चेहराच येतो. मी साठवणीत ठेवलेला बासमती तांदूळ आमच्या घरकाम करणाऱ्या मावशींना देऊन टाकला. अलीकडे मीसुद्धा हाच कंट्रोलवाला तांदूळच खातेय.''

■

लाखमोलाची गोष्ट

मैं रोया परदेस में, भीगा माँ का प्यार
दु:ख ने दु:ख से बात की, बिन चिट्ठी, बिन तार

\- निदा फ़ाज़ली

मेकॅनिकची शिकवण

इंदूरमध्ये ते ट्रक मेकॅनिक होते. त्यांच्या वागण्यात आपलेपणा आणि प्रेम होतं. लिलँड ट्रकची कामं त्या काळात खांडव्यात फारच मुश्किलीनं होत असत, त्यामुळे आमचे सगळे ट्रक दुरुस्तीसाठी त्यांच्याचकडे असायचे.

एक दिवस मी जेवायला जात असताना ते समोर दिसले. मी विचारलं, ''आज तुम्ही खांडव्यात कसे? तरीही चला आता. तुम्ही चांगल्या वेळी आला आहात इथं. घरीच निघालोय. तुम्हीही चला जेवायला घरी.'' ते म्हणाले, ''नको रे, मी तर घरूनच जेवून निघालोय. भूक नाहीये आत्ता. दुपारनंतर बाजारातच थोडं खाईन काहीतरी. मी गरीब तुमच्या घरी कसा येणार?''

मी म्हणालो, ''अहो, असं काय बोलता? आमच्या वागण्यावरून तुम्हाला असं कधीतरी वाटलं का? आम्ही तुम्हाला 'बाबा' म्हणतो. यापेक्षा मोठं नातं आणखी काय असू शकतं?''

त्यांनी पुन्हा नकार दिला; पण मी जबरदस्तीनं त्यांना घरी जेवायला घेऊन गेलोच. ताट वाढल्यावर कुटुंबानं त्यांना प्रेमानं जरा जास्तच खाऊ घातलं. सगळ्यात शेवटी गरमागरम पकोडे समोर आले. मी एक भजी तोंडात ठेवल्याक्षणी बायकोला म्हणालो, ''किती अळणी झाल्यात या भज्या. अगदीच मजा नाही आली.'' बायकोचा चेहरा खाडकन् उतरला आणि तिनं गुपचूप ऐकून घेतलं. काही बोलली नाही.

मी आणि बाबा जेवण झाल्यावर घरून निघालो. बाबा रस्त्यात मला म्हणाले, ''पोरा, मी एक अडाणी, छोटा आणि गरीब माणूस आहे; पण एक विनंती करायची होती.''

ते म्हणाले, ''मुला, तुला माहितीये, की महिला अन्नपूर्णेचं रूप असते. तन-मनानं स्वयंपाक करते. जेवणात मीठ, मिरची आणि मसालाच नाही, तर प्रेम आणि आपलेपणा त्यात मुरवते. आपण तर खाल्ल्याक्षणी एका वाक्यात बोलून जातो, 'मजा नाही आली.' पण आपलं हे एक वाक्यसुद्धा तिच्या काळजाला घर पाडतं. पुढचे काही दिवस तिला हाच प्रश्न सतावत राहतो आणि झोप येत नाही, की जेवणात नेमकी चूक झाली कुठे?'' बाबा बोलत असताना मला जणू गुरूवाणीच ऐकायला मिळत असल्यासारखं वाटत होतं.

बाबा म्हणाले, ''तुम्ही कधीही जेवण करायला बसाल किंवा कुणाकडे जेवणासाठी जाल, तेव्हा समोरचं अन्न देवाचा प्रसाद समजून आनंदानं खा. स्वयंपाक करताना करणाऱ्याच्या मनात जसा उल्हास आणि प्रेम उत्पन्न होतं, तसंच खाणाऱ्याच्या मनातही निर्माण व्हायला हवं. कधीही विनाकारण टिपण्णी करू नको आणि खोटी भलामणही करू नको.''

■

लाखमोलाची गोष्ट

महिलांना आपण जे काही देतो, त्यापेक्षा जास्तच त्या आपल्याला परत करतात. तुम्ही त्यांना प्रेम दिलंत, तर त्या तुम्हाला मूल देतात, तुम्ही त्यांना खोली दिली, तर त्या त्याचं घर करतात, तुम्ही त्यांना वाणसामान दिलंत, तर त्या स्वयंपाक करून देतात, तुम्ही त्यांच्याकडे पाहून हसलात, तर त्या तुम्हाला तुमचं हृदय देतात. सांगण्याचं तात्पर्य इतकंच, की आपण महिलांना जे काही देऊ, त्यापेक्षा दुप्पटच त्या आपल्याला परत करतात. या सगळ्याच्या बदल्यात बायकोला काय हवं असतं, तर फक्त इतकंच, की जगात दुसरा कुठलाही नवरा आपल्या बायकोवर करणार नाही, इतकं प्रेम.

■ दृष्टिकोनातील फरक

निवडणुकीचे दिवस होते. स्पर्धाही अटीतटीची होती. सगळीकडे एकच चर्चा होती विजय कुणाचा? आज अर्ज दाखल करण्याचा शेवटचा दिवस होता. एका पक्षाच्या उमेदवारानं आधी एक ऐतिहासिक रॅली काढून वाजतगाजत अर्ज दाखल केला. दुसऱ्या उमेदवारानं याला उत्तर म्हणून घोषणाबाजी करून अर्ज दाखल केला. पहिल्या पक्षाच्या उमेदवाराशी आमचे जुने कौटुंबिक संबंध होते. आम्ही सातत्यानं गेल्या अनेक पिढ्या त्यांच्यासोबत होतो.

दुसऱ्या पक्षाच्या उमेदवाराला याविषयी माहिती होतं. संध्याकाळची वेळ होती. भव्य रॅलीमुळे उडलेल्या धुळीमागे सूर्य अस्ताला निघाला होता. अचानक दुसऱ्या पक्षाच्या उमेदवाराच्या स्वीय सचिवाचा मला फोन आला. ''नमस्कार, आलोक साहेब. कुठे आहात तुम्ही?'' मी म्हणालो, ''घरीच आहे.'' ''आणि

आई-बाबा, भाऊ?'' ''योगायोगानं आज एकाच वेळी सगळे घरीच आहोत,'' मी म्हणालो. ''आमच्या पक्षाच्या उमेदवार साहेबांना तुमच्या आई-बाबांचे आशीर्वाद घ्यायला यायचं आहे,'' स्वीय सचिवानं आग्रहच केला. मी म्हटलं, ''काही विशेष?'' तो म्हणाला, ''नाही, फक्त आशीर्वाद हवे आहेत.'' मी नाइलाजानं ''या,'' म्हणालो.

काही मिनिटांतच गाड्यांचा मोठा ताफा घरासमोर येऊन थांबला. सगळ्या कार्यकर्त्यांना बाहेर थांबवून उमेदवार स्वतः आत आले. आत येताच त्यांनी आई-बाबांना वाकून नमस्कार केला, भावाला मिठी मारली आणि वहिनीला विचारलं, ''टिळा लावून तोंड गोड करणार नाही का, वहिनी?'' वहिनी लगेच आत जाऊन हातावर द्यायला साखर घेऊन आली. कुटुंबीयांशी हवापाण्याच्या गप्पा मारताना त्यात कुठलाच राजकीय मुद्दा आला नाही. दहा मिनिटांनी ते उठले आणि आई-बाबांना पुन्हा नमस्कार करून निघून गेले. आमचं सगळ्यांचं कुतूहल कायम राहिलं, की ते आले कशासाठी होते?

निवडणूक झाली आणि निकालही आला. आमचा ज्याला पाठिंबा होता, तो उमेदवार पराभूत झाला आणि दुसऱ्या पक्षाचा उमेदवार विजयी झाला. त्यांच्याशी विविध निमित्तांनी वरचेवर भेटणं होत राहिलं. प्रत्येक वेळी ते अत्यंत आपलेपणानं चौकशी करायचे. जराही बोलण्यात नकारात्मक काही नाही. कुठल्याही गोष्टीबाबत निराशा नाही. एकदा मी धाडसानं विचारलंच, ''भाऊ, तुम्हाला चांगलंच माहिती होतं, की आम्ही समोरच्या पक्षाच्या बाजूनं आहोत. तुमच्या भेटीनं आम्ही त्यांच्याशी संबंध तोडणं तर शक्य नाहीच; पण आमचा पाठिंबाही बदलणं शक्य नाही; तरीही निवडणुकीच्या इतक्या गडबडीत तुम्ही आमच्या घरी कसे काय आलात?''

ते हळूच हसले. माझ्या खांद्यावर हात ठेवून एका कोपऱ्यात घेऊन गेले आणि म्हणाले, ''आलोक साहेब, मला अगदी चांगलंच माहितीय, की तुम्हा दोन्ही भावांचा पक्षबदल कुणीही घडवून आणू शकत नाही. कुठलाही दबाव किंवा लालूच दाखवूनसुद्धा नाही. एक गोष्ट लक्षात ठेवा, की भारतीय संस्कृतीत दृष्टिकोनाला आजही महत्त्व आहे. तुम्ही दोघे भाऊ भरपूर लेखन करता आणि वक्तेही आहात. माझ्या येण्याचं प्रयोजन इतकंच होतं, की तुम्ही तुमच्या उमेदवाराबद्दल जितकं हवं तितकं लिहा, बोला मला चालेल; पण माझ्याविरुद्ध लिहिण्या, बोलण्याचा विचार तुमच्या मनात आल्याक्षणी माझा चेहरा,

माझं बोलणं तुमच्या नजरेसमोर येईल आणि तो आदर तुम्हाला माझ्याविरुद्ध लिहिण्यापासून नक्की रोखेल. बास, इतकंच कारण होतं माझ्या भेटीचं."

खूपच मोठी गोष्ट ते मला सांगून गेले.

■

लाखमोलाची गोष्ट

क्षमता असलेले खूप जण महत्त्वाकांक्षी असतातच, असं नाही. जगातल्या गर्दीत क्षमता असूनही महत्त्वाकांक्षी असलेले मोजकेच लोक आहेत. हे तेच लोक आहेत, ज्यांचे डोळे तर मोठे आहेतच आणि स्वप्नंही. हे तेच लोक आहेत, ज्यांचे उपकार असतात. फक्त स्वत:वरच नाही, तर समाज आणि देशावरही.

■ कहाणी एका कारागिराची

बँक व्यवस्थापक म्हणून निवृत्त व्हायला त्यांना आता जेमतेम चार-सहा महिनेच उरले होते; तरीही प्रामाणिकपणा, कामातील तत्परता आणि झोकून देण्याची वृत्ती इतकी होती, की नवे लोकही त्यांच्यावर जळत. एकदा मी त्यांना विचारलंच, की फुटबॉल किंवा हॉकीच्या सामन्यात चांगला गोल करून एखादा संघ जिंकत असेल, तर शेवटच्या काही मिनिटांत तर ते वेळच काढत असतात की. आक्रमकतेऐवजी ते बचावात्मक पवित्रा घेऊन खेळताना दिसतात. निवृत्ती जवळ आलेल्या अधिकाऱ्यांच्या बाबतीतही परिस्थिती अशीच असते, नाही का? नोकरीचे शेवटचे महिने ते अतिशय जपून काम करत राहतात. मग तुम्ही इतके सतत कष्ट का करता?

सवयीनं ते हसून मला म्हणाले, ''साहेब, एक गोष्ट ऐका. एका राजाकडे एक सुतार होता. अप्रतिम कलाकार, हवेली-महालांची निर्मिती करण्यात अत्यंत पारंगत होता. जेव्हा तो वृद्ध झाला, तेव्हा त्यानं राजाकडे मागणी केली, की माझं शरीर काही आता साथ देत नाही. मी आता धर्म, ध्यानधारणा यातच वेळ घालवणार आहे. मला आता निवृत्त करा. इतक्या निपुण कारागिराला निवृत्त करणं राजाला काही बरोबर वाटलं नाही. राजकारागिराचा आदर राखत राजा म्हणाला, ''जाण्यापूर्वी एक सुंदर आणि भव्य हवेली तयार करून जा. पैशाची चिंता करू नको. पूर्ण तिजोरी या कामासाठी खुली असेल. तुला कुणीही रोखणार नाही. जेव्हा हवेली तयार होईल, तेव्हा नव्या हवेलीची चावी माझ्याकडे देऊन जा.'' सुताराच्या चेहऱ्यावर आठ्या पडल्या. जाता जाता राजानं आपल्याला आणखी एक नवं काम दिलं; तरीही तो न सांगून जाईल कुठे? त्यानं अनिच्छेनं एक-दोन खोल्यांचं अव्यवस्थित बांधकाम करून एक घर तयार केलं म्हणजे राजाचं मनही राखलं जाईल आणि कामातूनही लवकर सुटका होईल. काम पूर्ण झाल्यावर राजकारागीर राजाकडे जाऊन म्हणाला, ''महाराज, हवेली तयार आहे. ही घ्या किल्ली.'' राजानं चावी घ्यायला नकार दिला आणि राजकारागिराला म्हणाला, ''तू पूर्ण आयुष्य आमची सेवा करण्यात घालवलंस. डझनावारी महाल, हवेल्या बांधल्यास. ही शेवटची हवेली मी तुझ्यासाठीच तयार करून घेतली. ही चावी आजपासून तुझ्याकडेच ठेव.'' सुताराचा चेहरा फिका पडला. तो डोकं धरून तिथेच बसला आणि विचार करू लागला, ''मला ही गोष्ट आधी माहिती असती, तर मी भव्यदिव्य हवेली बांधली असती.''

गोष्ट ऐकवून व्यवस्थापक म्हणाले, ''आयुष्याच्या शेवटच्या दिवसापर्यंत आपल्या जबाबदाऱ्या निभावणं हे आपलं कर्तव्य आहे. पूर्ण मनापासून त्या निभावणंही गरजेचं आहे. असं व्हायला नको, की कदाचित देव तुम्हाला भेटवस्तू देण्याची इच्छा बाळगत असतानाच तुम्ही त्यापासून वंचित राहाल.''

■

लाखमोलाची गोष्ट

मित्रों हर पल को जियो, अंतिम पल ही मान
अंतिम पल है कौन सा, कौन सका है जान

- कविराज गोपालदास 'नीरज'

■ मामाशिवाय लग्न?

नात्यानं एकमेकांचे भाऊ-बहीण असूनही गेल्या दहा वर्षांपासून एकमेकांच्या घरी जाणंच काय, त्यांनी बोलणंही बंद केलं होतं. इतक्या वर्षांत कोण जाणे किती सण-उत्सव होऊन गेले, किती विविध प्रकारची कार्यं एकमेकांकडे झाली; पण कुणीही एकमेकांशी बोललंसुद्धा नाही.

नेमकं तेव्हाच बहिणीच्या घरी तिच्या मुलाचं लग्न ठरलं. सगळ्या नातेवाइकांना बोलावणं, निमंत्रणं पाठवली गेली; पण सख्ख्या भावाकडे मात्र एकही चिठ्ठीसुद्धा पोहोचली नाही. पाहता पाहता प्रत्यक्ष लग्नाचा दिवस उजाडला. सकाळची वेळ होती. वरात निघायची तयारी अगदी शेवटच्या टप्प्यात होती. बहीण नवऱ्यासोबत सगळ्यांना कामांच्या सूचना देत सगळ्या जबाबदाऱ्या अगदी नीट निभावत होती.

अचानक तिची नजर घराच्या मुख्य दाराकडे गेली. सगळ्यात आधी तर तिनं स्वतःच्या हाताला एक चिमटा काढून पाहिला, की तिला स्वप्न तर नाही ना पडलं? दारात तिचा भाऊ आणि वहिनी हातात मोठमोठ्या भेटवस्तूंची ताटं घेऊन उभी होती. ते पाहून ती सटपटली. भेटवस्तूंचं ताट खाली ठेवून भाऊ बहिणीला जवळ घेऊन म्हणाला, ''मामाकडून आलेल्या भेटवस्तूंशिवायच तू लग्न लावून देणार होतीस, की काय मुलाचं? मामाचं बोट पकडल्याशिवाय माझा भाचा घोडीवर कसा बसणार? मी जिवंत असूनही माझ्याशिवाय तो सप्तपदी थोडीच चालणार होता? तू मला बोलावलं नाहीस, हे ठीक आहे; पण बहिणीकडे तिच्या मुलाचं लग्न असताना मामा म्हणून मी न येणं हे काही बरोबर नाही. ते माझं कर्तव्यच आहे. माझ्या या कर्तव्यापासून मला कुणीही रोखू शकत नाही. तू नाही आणि देवही नाही.''

बहीण काय बोलणार यावर? तिच्या डोळ्यांतून तर गंगा-यमुना वाहू लागल्या. या प्रेमानं तर चेहऱ्यावरच्या मेक-अपबरोबरच गेल्या अनेक वर्षांतील शत्रुत्वही संपून गेलं.

■

लाखमोलाची गोष्ट

घरातील फ्रीज, टीव्ही किंवा वाहनाच्या दुरुस्तीसाठी आपण वेळ काढतो; पण नात्यांचं सर्व्हिसिंग कायम टाळतो. आयुष्यात एकमेकांशी संबंध असणं अत्यंत गरजेचं असूनही नवनवी कारणं शोधत राहतो.

जिंदगी में आगे यह हुनर भी आजमाना चाहिए
जंग हो अपनों से गर, तो हार जाना चाहिए।

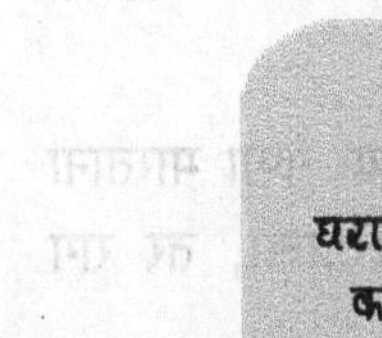

■ जीवनाचा आनंद मरण्याआधीच

माझं त्या शहरात बऱ्याचदा जाणं-येणं होत असे; पण तरीही परकं शहर ते परकंच. सगळीकडून माहिती मिळाली, तरी ती थोडीशीच असते. त्या शहरातलं ते प्रशस्त सभागृह होतं. आवश्यक तेवढ्या शुल्कात एक विश्वस्तांचा गट त्याचं कामकाज पाहायचा. एका कार्यक्रमादरम्यान त्या सभागृहाचं सौंदर्य न्याहाळतच होतो, इतक्यात शेजारी उभ्या असलेल्या मित्रानं एका गृहस्थाशी गाठ घालून दिली. मित्र म्हणाला, ''यांच्याच नावानं हे सभागृह उभारलंय.''

मला चांगलंच आश्चर्य वाटलं; कारण काही महत्त्वाचं कार्य करणारे; पण आता या जगात नसलेले, अशांच्याच नावानं मी आतापर्यंत फक्त सभागृह, स्टेडियम किंवा हॉल असेलला पाहिलाय. जिवंतपणीच एखाद्या माणसाच्या नावानं सभागृह? हा प्रकार मला अवाक् करणारा होता.

सुरुवातीला मला जरा संकोच वाटला; पण हवापाण्याच्या गप्पा मारताना मी त्यांना विचारलंच, ''भाऊसाहेब, तुम्हाला एक प्रश्न विचारला, तर राग

येणार नाही ना?'' मी काय विचारणार, याचा अंदाज त्यांना आला असल्यामुळे ते म्हणाले, ''मला कल्पना आहे, की तुम्ही काय विचारणार आहात. हेच ना, की हे सभागृह एका जिवंत व्यक्तीच्या नावानं कसं काय?'' मग ते म्हणाले, ''उत्तम आर्थिक परिस्थिती असलेली माझी दोन्ही मुलं परदेशात आहेत. त्यांना आता माझ्या पैशांची काही आवश्यकता नाही. माझ्याकडे आता दोनच पर्याय उरतात, एक तर अजूनही मी मुलांसाठी पैशांची बचत करणं आणि मी गेल्यावर त्यांच्यासाठी चांगली रक्कम दोघांच्या नावावर सोडून जाणं किंवा मग जिवंतपणीच मी स्वतः कमावलेल्या पैशांचा पुरेपूर आनंद उपभोगणं. या वयात आता माझी काही वडीवाकडी हौसमौज तर राहिली नाहीये. मग मला वाटलं, की माझ्याच पैशांनी एक उत्तम सर्वसुविधांनी युक्त असं सभागृह तयार करावं आणि त्यात होणाऱ्या कार्यक्रमांचा आस्वाद घेत माझं उरलेलं आयुष्य समाधानानं घालवावं. मी नसेन, तेव्हा कदाचित उरलेल्या माझ्या पैशांतून माझी मुलंही माझ्या स्मृतिप्रीत्यर्थ एखादं सभागृह तयार करतील किंवा एखाद्या चांगल्या कार्यासाठी पैसे दान करतील; पण मी तर त्या गोष्टीचा आनंद घेऊ शकणार नाही ना... माझ्या जिवंतपणीच मला कष्टाच्या कमाईचा उपयोग करून आनंद घ्यावासा वाटतो आहे म्हणून ते करतोय.''

■

लाखमोलाची गोष्ट

एका रांगेत अंड देऊन सापाची मादी पुढे जात राहते. परत येताना जेव्हा तिला भूक लागते, तेव्हा ती तीच अंडी खाऊ लागते. त्या वेळी रांगेतून बाजूला गेलेली अंडीच वाचतात. रांग सोडून जाणारी व्यक्तीच आयुष्यात वेगळी वाट निर्माण करते. गर्दीचाच एक भाग होण्यात काय अर्थ आहे? आपल्यामुळे गर्दी होण्यात खरी मजा आहे.

■ टॅक्सी ड्रायव्हर

क्वालालंपूरला जाण्याची ही माझी तिसरी वेळ होती. हे शहर मला नेहमी भुरळ घालतं. क्वालालंपूर ही मलेशियाची राजधानी आहे. आपल्यानंतर स्वातंत्र्य मिळूनही या देशानं स्वतःच्या हिमतीवर प्रगतीची नवनवी शिखरं गाठली आहेत.

हवेत गारठा होता आणि मध्येच पडून गेलेल्या हलक्या सरींनी संध्याकाळ आणखी सुंदर झाली होती. माझ्या एका मित्राच्या मोठ्या बहिणीकडे मला रात्री जेवायला जायचं होतं. हॉटेलबाहेर येऊन मी कॅब मागवली. थोडंसं पुढे गेल्यावर कॅबचालकानं अगदी हळू आवाजात गाणी सुरू केली. अचानक कानात एक गोड स्वर गाऊ लागला. 'तेरे मन की गंगा और मेरे मन की जमुना का, बोल राधा बोल संगम होगा कि नहीं' मी अत्यंत आश्चर्यानं चालकाला विचारलं, ''अरे, तुमच्याकडे हिंदी गाणीसुद्धा आहेत.'' त्यानं अत्यंत आनंदानं सांगितलं, की साहेब माझ्या पेन ड्राइव्हवर जगातल्या जवळपास सर्वच देशांतील गाणी

आहेत. ज्या देशाचा प्रवासी, त्या देशातलं गाणं मी लावतो. मी म्हटलं, की तुला तर दुसऱ्या देशाची भाषा येत नसेल, मग तुला ती गाणी ऐकून कंटाळा येत नाही का?

"अहो, माझं काय आहे त्यात? मला तर कार चालवायचीय; पण परदेशातून येणाऱ्या प्रवाशाच्या चेहऱ्यावर आनंद आणि ओठांवर स्मितहास्य तरळलं, की मी माझं काम प्रामाणिकपणे केल्याचं समाधान मलाही मिळतं." त्याच्या विनयशील उत्तरानं तर मला आणखीच छान वाटू लागलं. ■

लाखमोलाची गोष्ट

ग्राहकाला मिळणारा आनंद जर आपल्या आनंदापेक्षा मोठा असेल, तर तीच खरी ग्राहक सेवा आहे.

■ पाणीपुरी

आमची सगळ्यांत मोठी आत्या हरदा शहरात राहते. आत्याच्या आपुलकी आणि प्रेमात इतकी ताकद होती, की वर्षातून एकदा तरी उन्हाळ्याच्या सुट्टीत तिथं जाणं व्हायचंच. गिरणीजवळ असलेलं वाचनालय हा माझा संध्याकाळचा अड्डा होता. उत्तम साहित्याचा मोठा खजिना तिथं उपलब्ध होता.

एके दिवशी संध्याकाळी असाच हरदात असताना वाचनालयातून घरी जायला निघालो होतो, इतक्यात वाटेत पाणीपुरीचा ठेला दिसला. माझ्या तोंडाला अगदी पाणी सुटलं. मी भैयाला म्हटलं, ''भैया, पाच-सात पुऱ्या खिलवा जरा.'' तो म्हणाला, ''क्यूं नहीं? अभी लिजीए।''

मी जेमतेम दोनच पुऱ्या खाल्ल्या असतील, इतक्यात तो 'मिस्टर इंडिया'सारखा गायब झाला. पाहिलं, तर तो एका वृद्ध दुकानदाराचा ठेला

चढावरून ढकलत आणायला मदत करत होता. पाच मिनिटं वाट पाहिल्यावर पाणीपुरीवाला पुन्हा ठेल्यापाशी आला. मी चिडलो होतो. त्याला म्हणालो, ''ग्राहक इथं हातात प्लेट घेऊन उभा असताना तुम्ही पाणीपुरी खायला घालायची सोडून निघून जाता? दुकान असं चालवलं जातं का?''

तो अत्यंत नम्रतेनं म्हणाला, ''माफ करा दादा, तुम्हाला थांबावं लागलं; पण माझं थोडं ऐका तरी मी पडलो असा तगडा गडी. जेव्हा मी रोज पाणीपुरीचा ठेला घेऊन चढावरून येतो, तेव्हा मला चांगलाच दम लागतो, त्यामुळे दिवसभरात कुणीही वृद्ध माणूस ठेला लावण्यासाठी चढावरून येताना दिसला, की मी त्यांना मदत करण्यासाठी जातो. पाच मिनिटंच का असेना; पण मला एखादी तीर्थयात्रा केल्यापेक्षाही जास्त समाधान मिळतं, असं वाटतं. ग्राहक नशिबानंच मिळतात, हे जरी खरं असलं, तरी एखाद्याच्या उपयोगी पडण्यासाठीही भाग्यच लागतं आणि असा मदतीचा क्षण मी हातून जाऊ देणार नाही, नक्कीच.''

■

लाखमोलाची गोष्ट

दुसऱ्याच्या भल्यासाठी स्वतःचं सुख आणि फायदा सोडणारा शेवटी सर्वांत जास्त सुखी आणि फायदा मिळवणारा ठरतो. आपली हाडं देऊनही दधीचि ऋषींचा मृत्यू नाही झाला आणि कवचकुंडलं देऊनही कर्ण अमर झाला.

■ स्वाभिमानी बहीण

तिच्या नशिबात तर अखंड त्रासच होता बहुधा. कुटुंबाची आर्थिक स्थिती तशी ठीकठाकच होती. चेहरा-दिसणंही अत्यंत सामान्य. मोठ्या मुश्किलीनं लग्न झालं आणि सासरही गरीबच मिळालं. इथंही दुर्दैवानं तिची पाठ सोडली नाही. आजारी नवऱ्याला सोबत घेऊन कायम चालावं लागलं. या सगळ्यातूनही दोन गोष्टी चांगल्या होत्या. ती शिवणटिपण आणि स्वयंपाकात अत्यंत तरबेज होती, त्यामुळे कशीबशी घर सांभाळू शकत होती. दुसरी गोष्ट म्हणजे मुलं अभ्यासात हुशार होती.

अचानक एक दिवस आनंदाची बातमी सांगणारा तिचा फोन आला, की तिच्या मुलीला वैद्यकीय शिक्षणासाठी इंदूरमधील महाविद्यालयात प्रवेश

मिळालाय. मी शुभेच्छा दिल्या आणि सांगितलं, की शहर मोठं आहे, खर्चही जास्त आहेत. मुलीच्या शिक्षणासाठी जो काही खर्च होणार असेल, तो सांग; मी पाठवेन. त्यावर ती म्हणाली, ''ठीक आहे भाऊ. तशीच काही गरज असली, तर नक्की सांगेन.''

दोन-चार महिने गेले आणि तिचा काही फोन आला नाही, असं पाहून मीच एक दिवस तिला फोन केला आणि विचारलं, ''काय गं, कशी आहे मुलगी?'' ती म्हणाली, ''मस्त आहे की. कॉलेजला जाऊ लागलीय,'' मी म्हटलं, ''वसतिगृह, कॉलेजची फी आणि पुस्तकांच्या खर्चासाठी तुझा काही फोन नाही आला?'' ती म्हणाली, ''भाऊ, तुम्ही प्रोत्साहन आणि पाठिंबा दिला, हेच आमच्यासाठी खूप आहे. शिक्षण बरंच आहे अजून आणि हे सगळे खर्च तर काय, होतच राहतील. ही एका दिवसाची गोष्ट नाही हो. या सगळ्याच गोष्टी विचारात घेऊन आम्ही आमच्या गरजा कमी केल्या आणि खर्चही अत्यावश्यक तेवढाच करायचा, असं ठरवलं आहे. तुमच्या आशीर्वादानं सगळं छान चाललंय.''

■

लाखमोलाची गोष्ट

स्वतःची परिस्थिती समजून घेऊन त्यानुसार आयुष्य घालवणारा आणि स्वतःच्या राहण्यात, जीवनशैलीत बदल करणारा, खर्चात कपात करणारा माणूसच खरा स्वाभिमानी माणूस म्हटला पाहिजे. मदत एकाच वेळची असते; पण उपकार मात्र आयुष्यभराचे राहतात.

■ स्वाभिमान जपण्याची गरज

घरातल्या तीन भावंडांमध्ये ते सगळ्यात मोठे होते. अभ्यासात पहिल्यापासूनच हुशार असल्यामुळे चांगली पदवी मिळवून व्यवसायही चांगला सुरू केला. पाहता पाहता मोठ्या भावानं चांगलीच प्रगती केली आणि समृद्ध जीवन जगू लागले. त्या मानानं दोन्ही लहान भाऊ मात्र फार काही करू शकले नाहीत.

मोठ्या भावाच्या मुलीचं लग्न एका मोठ्या घराण्यातील मुलाशी ठरलं. लग्नाच्या महिनाभर आधी मोठ्या भावानं दोन्ही लहान भावांना बोलावलं आणि म्हणाले, ''तुम्हाला तर माहितीच आहे, की घरात लग्नकार्य आहे. खर्चही मोठा आहे. तुम्ही दोघं किती देऊ शकाल?''

दोघंही निरुत्तर झाले. कसंबसं धाडस करून म्हणाले, ''भाऊ, आम्ही तुला मदत करू, अशी तुझ्यापुढे आमची ऐपत कुठली असायला; पण तरीही तुझा आदेश आहे म्हटल्यावर जे काही आमचं आहे, ते तुझंच आहे.''

रात्री घडलेल्या या प्रसंगाबद्दल मला दुसऱ्या दिवशी सकाळी कळलं. मीही जरा धाडसच करून मोठ्या भावाला विचारलं, ''भाऊ, तुम्हाला आणि मला दोघांनाही चांगलंच माहितीय, की त्या दोघांची परिस्थिती कशी आहे ते. तुम्ही कुणाकडूनही 'पै'सुद्धा न घेता आणखी अशी चार लग्नं लावून द्याल, एवढी तुमची ताकद आहे, याचीही सगळ्यांना कल्पना आहे. मग तुमच्या दोन्ही भावांच्या खांद्यांवर हे जास्तीचं ओझं कशाला देता?''

सुरुवातीला संकोचलेला तो मोठा भाऊ म्हणाला, ''तुमच्यापासून काही लपवलेलं नाही म्हणून सांगतो; पण याविषयी कुठेही वाच्यता करायची नाही, याचं वचन दे.'' मी त्यांना पुरेपूर खात्री दिल्यावर ते मला म्हणाले, ''तुमचं म्हणणं अगदी खरं आहे, की मला मदतीची काहीच आवश्यकता नाही; पण यामागे एक अतिशय मोठं कारण आहे. मला तर एकच मुलगी आहे; पण माझ्या दोन्ही लहान भावांना दोन-दोन मुली आहेत. मी खरं तर कुठल्याही मदतीविना लग्न लावून द्यायला पुरेसा समर्थ असूनही जर या दोघांकडे मदत मागतोय, तर भविष्यात माझ्याकडे मदत मागताना त्यांना लाज वाटणार नाही. त्यांची भीड चेपली जाईल. त्यांच्याकडून मदत घेण्यापेक्षाही त्यांचा स्वाभिमान जपणं जास्त गरजेचं आहे.''

■

लाखमोलाची गोष्ट

खोड आणि फांद्याच्या व्यतिरिक्तही झाडावर पानं आणि फुलंही असतात. पानं वेगवेगळी असतात, त्यामुळे एकत्र राहणाऱ्या फुलांएवढी त्यांना किंमत नाही. फुलांमधील पाकळ्या एकमेकांना धरून असतात. वेगळं राहण्यापेक्षाही फुलासारखं एकमेकांत गुंफलं जाण्यात जास्त आनंद आहे.

■ प्रेम निर्जीवावरचे

घरी नवी कार आणल्यामुळे जुनी कार विकायची होती. जुनी कार विकणं सध्या सोपं राहिलेलं नाही. ग्राहकही मिळत नाहीत आणि चांगली किंमतसुद्धा. दादा-बहादूरसारखे दिसणारे एक मिशीवाले गृहस्थ आज आले आणि त्यांनी जुन्या गाडीसाठी आतापर्यंत आलेल्या ऑफरपेक्षा २५ हजार रुपये अधिकची रक्कम देऊ करण्याची तयारी दाखवली. ते म्हणाले की, पैसे रोख आणलेत आणि कार आजच न्यायची आहे. आमच्या सगळ्यांचेच चेहरे आनंदले; पण घरातले सगळे निर्णय वडिलांच्या परवानगीने होत असल्यानं त्यांच्यासमोर हा प्रस्ताव मांडला. जरा विचार करून सांगतो, असं म्हणून त्या दादा-बहादूरांना परत पाठवलं.

ते गेल्यानंतर आम्ही वडिलांना म्हणालो की, बाबा, इतक्या कष्टानं चांगले पैसे गाडीला मिळत होते. समोर आलेला एक चांगला ग्राहक तुम्ही परत पाठवलात. बाबा हसून म्हणाले की, कुठलीच गाडी एक निर्जीव वस्तू नाहीये, ती लक्ष्मी आहे. त्या गाडीतून आपण किती तरी सहली एकत्र केल्या आहेत. प्रत्येक वेळी गाडीनं आपल्याला व्यवस्थित घरी पोहोचवलं आहे. आज जेव्हा घरी नवी गाडी उभी आहे, तेव्हा दहा–वीस हजार रुपयांच्या लालसेपोटी जुन्या गाडीला भलत्याच माणसाच्या हाती सोपवणं म्हणजे स्वार्थीपणाच ठरेल. ही गाडी कमी किमतीला गेली, तरी चालेल; पण अशाच माणसाहाती तिला सोपवा, जो तिची चांगली देखभाल करेल. जसं आपण तिला ठेवलं होतं. आपल्यासमोरून आपलीच कार पुन्हा कधीही गेली, तरी आपल्याला पश्चात्ताप होता कामा नये, की आपल्या घरची लक्ष्मी आपण चुकीच्या माणसाकडे सोपवली.

■

लाखमोलाची गोष्ट

प्रत्येक अचेतन वस्तूमध्येही चैतन्य असतं. आपण त्याकडे कुठल्या नजरेनं पाहतो, यावर सगळं अवलंबून असतं. माणसाची मनातून वाटणारी आणि प्रामाणिक भावनाच दगडालाही देवत्व बहाल करते.

■ नियमित दिनक्रम

एक मोठे व्यावसायिक होते. त्यांचं नाव आणि कामही मोठं होतं. घड्याळाचे काटेही त्यांची जीवनशैली पाहून लाजतील, इतका वक्तशीरपणा अंगी भिनलेला. मोठमोठ्या उद्योजकांनी जळावं, अशी कार्यशैली. व्यवसाय, जेवण, व्यायाम, राहणीमान, नाती, बोलणं सगळं काही संतुलित आणि नेमानं. यशस्वी होऊनही त्यांना जराही गर्व नव्हता. स्वतःच्या स्पर्धकाबाबत मनात ईर्ष्या किंवा राग न धरता त्यांनी सगळ्यांशी चांगले संबंध ठेवले होते.

दिवसाच्या सुरुवातीलाच सरकारी विभागातून एक जथ्था दारासमोर आला आणि चौकशी-तपासणीसाठी वॉरंट दाखवलं. काही क्षणांसाठी ते काळजीत पडले आणि मन विचलितही झालं; पण त्यांनी अत्यंत आदरानं अधिकाऱ्यांना खुर्चीत बसायला सांगितलं. थोडेसे नॉर्मल झाल्यावर त्यांनी सर्व कर्मचाऱ्यांना सांगितलं, की हे सरकारी अधिकारी आहेत, तपासणीसाठी आले आहेत. आपले

पाहुणे आहेत. त्यांना सहकार्य करा. आपल्याकडे लपवाछपवी करण्यासारखी काहीही गोष्ट नाही. ते जे काही मागतील, ते मलाही न विचारता त्यांच्यासमोर आणून ठेवा.

कार्यवाही सुरू झाल्यावर त्यांनी त्यातल्या एका वरिष्ठ अधिकाऱ्यास सांगितलं, की मी दररोज सकाळी दोन तास व्यायामासाठी क्लबवर जातो. तिथे वर्कआउट करतो. माझ्या आरोग्यासाठी हे अत्यंत गरजेचं आहे. माझे सगळे सहकारी, कर्मचारी इथेच आहेत. तुम्हाला जे काही हवं असेल, ते त्यांच्याकडून मागा. माझ्या माहितीप्रमाणे इथल्या कामकाजात काहीही त्रुटी नाही. तांत्रिक बाबींपैकी तुम्हाला काही चुकीचं वाटलं आणि मला दंड केलात, तरी हरकत नाही.

एरवी सरकारी अधिकाऱ्यांकडून तपासणी म्हटल्यावर बावचळणाऱ्या आणि तणावात दिवस घालवणाऱ्यांपुढे या व्यावसायिकाचं वेगळंच वागणं पाहून अधिकाऱ्यांनाही आश्चर्य वाटलं. व्यावसायिक म्हणाले, ''तुम्हाला हवं तर माझा मोबाईलही ठेवून घेतलात, तरी चालेल; पण मला खेळायला जायची परवानगी द्या. माझ्याबरोबर हवं तर तुमचा एखादा कर्मचारी पाठवा; पण मी व्यायाम बुडवणार नाही.'' त्यांचा आत्मविश्वास आणि सकारात्मकता पाहून अधिकारी काही म्हणण्याच्या आतच ते व्यावसायिक आपल्या जिमच्या दिशेनं व्यायामाचं किट आणि टेनिस रॅकेट घेऊन निघालेसुद्धा.

■

लाखमोलाची गोष्ट

अडचणी या आयुष्याचा एक भागच आहेत. ज्याप्रमाणे आपण आनंदाचं स्वागत करतो, त्याचप्रमाणे अडचणींचंही केलं पाहिजे. संकटांचं स्वरूप अक्राळविक्राळ असू शकतं; पण आपलं मन त्याहीपेक्षा मोठं असतं. ही गोष्ट जितकी लवकर समजून घेता येईल, तेवढं चांगलं.

■ बलात्कारी पतिदेव

एका ग्राहकाला टायर उधार देऊन बरेच महिने झाले होते. अनेकदा विनंती करून आणि नंतर पाठपुरावा करूनही ते पैसे देण्याचा विषयही काढेनात. त्यांनी दिलेला धनादेशही वटला नाही. धनादेश घेऊन मी वकिलांकडे रात्री आठ वाजता गेलो. बरेच जण 'वेटिंग रूम'मध्ये बसले होते. आतून मला पाहून वकील साहेबांनी मला थेट आतच बोलावलं. मी काही बोलणार, इतक्यात तेच म्हणाले, "भाऊ, मला जरा १० मिनटं द्या फक्त. आपला नंबर कधी येईल, अशी वाट पाहत जी महिला संध्याकाळी सहा वाजल्यापासून बाहेर बसलीय, तिचं बोलणं फक्त एकदा ऐकून घेतो."

"काही हरकत नाही," असं म्हणून मी वकील साहेबांच्या खोलीतच शेजारच्या सोफ्यावर वर्तमानपत्र वाचत गुपचूप बसलो. महिलेचं वय साधारण ३० वर्षांचं असेल. तिच्या पेहरावावरून ती मध्य प्रदेशातली निमाड जिल्ह्यातल्या ग्रामीण भागातली वाटत होती. हातातलं गाठोडं तिनं वकील साहेबांच्या टेबलवर ठेवलं. वकील म्हणाले, "ताई, काय मदत करू तुम्हाला?"

"माझा नवरा आठवडाभरापासून तुरुंगात आहे. माझ्याकडे काही मार्गही नाही आणि पैसेही. फक्त हे काही दागिने आहेत आणि घराची कागदपत्रं,"

भरलेल्या डोळ्यांनी आणि दाटून आलेल्या गळ्यानं ती सांगू लागली, की हे सगळं घेऊन जो काही खर्च येईल, तो करा आणि माझ्या नवऱ्याला तुरुंगातून सोडवा.

वकील म्हणाले, ''कुठल्या आरोपाखाली तो तुरुंगात आहे?''

घडला प्रकार सांगण्यासारखा नाही, असं तिनं उत्तर दिलं. ''जे काही आहे, ते पोलिसांनी या कागदावर लिहिलंय. तुम्हीच वाचा.''

वकिलांनी नाकावरचा चष्मा नीट केला आणि काळजीपूर्वक कागद वाचू लागले आणि संबंधित महिलेकडे न पाहता माझ्याकडे पाहत म्हणाले, ''बघा आता तुम्हीच, ही आहे भारतीय संस्कृती. या संस्कृतीत लहानपणापासूनच मुलींच्या मनावर हे ठसवलं जातं, की पतीच तुझा देव आहे. हिचा नवरा बेरोजगार आहे आणि ही मजुरी करून घर चालवते. हिचे पतीदेव बलात्काराच्या आरोपाखाली तुरुंगाची हवा खातायत आणि ही इथं सगळं काही ओवाळून टाकून माझ्याकडे त्याचा जामीन होण्याची विनंती करतेय. तुम्ही तर संपूर्ण जगभर फिरत असता. कधी कुठल्या देशात किंवा संस्कृतीमध्ये भारतीय महिलेसारखी झोकून देऊन संसार निभावणारी जोडीदार दिसली, तर मला नक्की सांगा.''

■

लाखमोलाची गोष्ट

लोकमान्य टिळकांना एकदा कुणीतरी विचारलं होतं, की भारतीय महिला चांगला पती मिळावा, यासाठी हरतालिकेचं व्रत का करतात; पण पुरुषांसाठी अशी काही व्यवस्था का नाही? टिळक म्हणाले होते, ''भारतातील सगळ्या महिला श्रेष्ठ आहेत. श्रेष्ठ पुरुष शोधणंच खरी अवघड गोष्ट आहे. याचसाठी महिलांना व्रत करावं लागतं. ज्या घरी ती जन्माला आली, ते सगळं सोडून प्रत्येक महिला दुसऱ्याचं घर स्वत:चं करून घेते. पूर्ण झोकून देऊन आयुष्य चालवणं हे फक्त शब्दांतूनच नाही, तर वेळ येते, तेव्हा ती तसं वागूनही दाखवून सिद्ध करते. जोडीदारावर प्रेम करणं पुरुषाची जबाबदारी आहे. बेकायदा लग्नातही प्रेम नैतिक आहे; पण प्रेमाशिवाय असलेलं कायदेशीर लग्नसुद्धा अनैतिक आहे.

काका

कॉलेजला जायची वेळ झाली होती. वाटेतच मित्राचं घर होतं. घरून सायकलवरून निघून मित्राच्या घरी जाऊन त्याला घेऊन कॉलेजला जाणं माझा दिनक्रमच झाला होता. त्याच्या घरी पोहोचलो, तेव्हा तो मोजेच घालत होता. मी शेजारच्या खुर्चीवर बसलो. बुटाची लेस बांधल्यावर तो उभाच राहत होता, इतक्यात एक स्वच्छता कर्मचारी दाराबाहेर शिड्यांवर येऊन उभा राहिला. तो रोजच त्यांच्याकडे यायचा आणि मागच्या दारातून आत येऊन दोन्ही स्वच्छतागृहांची साफसफाई करून जायचा. कॉलेजला जायला उशीर होत होता म्हणून मित्रानं वडिलांना हाक मारली, "बाबा, मागचं दार उघडा, सफाईवाला आलाय."

त्याचे बाबा बाहेर आले आणि जे म्हणाले, ते मला नेमक्या शब्दांत आजही आठवतं. ते म्हणाले, "मुला, हा तर नशिबाचा खेळ आहे, की तू एका मोठ्या घरात जन्माला आलास आणि तो स्वच्छता करणाऱ्यांच्या घरी.

भले तो स्वच्छता कर्मचारी असला, तरी वयानं तुझ्यापेक्षा मोठा आहे. मोठ्या घरातल्याच मुलासारखं जबाबदारीनं बोलायला आणि वागायलाही तू शिकलं पाहिजेस. त्याला भाऊ म्हणायची लाज वाटत असेल, तर त्यांना 'काका' म्हण. त्याच्याबद्दलचा आदर हाकेतूनही, संबोधनातूनही दाखवायला मला जराही लाज वाटत नाही. खबरदार, इथून पुढे त्याला हाक मारताना चुकलास, तर...''

''चला भाऊ, या मागच्या बाजूनं. मी दार उघडतो,'' असं म्हणून मित्राचे बाबा आत निघून गेले.

■

लाखमोलाची गोष्ट

प्रख्यात साहित्यिक रामनारायण उपाध्याय यांच्या काही ओळी आठवतायेत. ज्यांच्यासोबत चालताना तुम्हाला आपणही कुणी मोठे असल्यासारखे दुसरी व्यक्ती जाणवून देते म्हणजे ती व्यक्ती तुमच्याहीपेक्षा मोठी आहे आणि ज्यांच्यासोबत चालताना तुम्हाला आपणही छोटेच असल्यासारखे वाटू लागते, याचा अर्थ तसे जाणवून देणारी व्यक्तीच छोटी आहे. मोठेपण किंवा खुजेपण हे विचार आणि वागण्यातून येतं, जाती, धर्म किंवा कामावरून व्यक्ती लहान किंवा मोठी हे ठरत नाही.

■ जसं संगीत, तसा परिणाम

दोन खोल्या आणि स्वयंपाकघर असं लहानसंच भाड्याचं घर होतं त्यांचं. चार मुलांना एकत्र राहून अभ्यास करणं अवघड जात होतं म्हणून आईनं घरासमोरच्या तिसऱ्या मजल्यावरची ही खोली भाड्यानं घेतली होती. आळीपाळीनं आम्ही भावंडं तिथं अभ्यास करायचो. कंटाळा आलाच, तर हाताशी काही असावं म्हणून आम्ही एक टेपरेकॉर्डरही तिथं सोबत नेत असू. ज्यांच्या आवाजातील दर्द अगदी काळजात थेट शिरायचा, ते मुकेश माझे आवडते गायक होते. त्यांची गाणी लागली, की कळायचंच नाही, की वेळ कसा गेला. दुसऱ्या मजल्यावर एक काका राहत असत. ते साधारण साठीचे असतील. ते नेहमी विचारपूस करायचे.

एक दिवस टेपरेकॉर्डरवर गाणी वाजत असतानाच काका आले आणि त्यांनी विचारलं, की या वयात मुकेशची गाणी ऐकतोयस? मी म्हटलं, ''का हो, आम्ही मुकेशची गाणी नाही का ऐकू शकत?'' तेव्हा ते म्हणाले, ''प्रत्येक गोष्ट

आपापल्या वयानुसारच व्हायला हवी. अजून तुला बरंच आयुष्य घालवायचंय. तू जसे चित्रपट पाहतोस, जे साहित्य वाचतोस आणि जी गाणी ऐकतोस, त्यांचा तुझ्यावर अगदी मनात खोलवर परिणाम होतो. तुझं वय ऊर्जा घेऊन जगण्याचं, उत्साह आणि वेगाचं आहे. या वयात किशोर कुमारचं गाणं ऐक. ती गाणी तुला उत्साह आणि ऊर्जा देतील. हे मुकेशजींचं गाणं आमच्यासारख्या 'सीनियर सिटिझन'साठी ठेव.''

दुसऱ्याच दिवशी मी किशोर कुमारांच्या चार कॅसेट बाजारातून घेऊन आलो. ■

लाखमोलाची गोष्ट

सत्य सरळ सांगितलं, तर ते आयुष्याला दिशा देतं. टीनएज आणि तरुणपणात ऐकण्याची सवय कमीच असते; पण जो अशा गोष्टींवर विश्वास ठेवतो, त्याला आयुष्यात वाट सापडते.

■ कॅप्सूल

अनेक वर्षांनी घरात लग्नाची गडबड होती. सगळे कुटुंबीय भाचीच्या लग्नाच्या तयारीत होते. इतर कामांबरोबरच निमंत्रण पत्रिकांची जबाबदारीही माझ्यावर होती. मला हे काम अतिशय आवडतं म्हणून मी ठरवून टाकलं, की निमंत्रणपत्रिका एकदम अभिनव पद्धतीची आणि नेहमीपेक्षा वेगळी असायला हवी. इंदूरमधील माझे एक मित्र सुलेखनकार आणि ग्राफिक डिझायनरही आहेत. मी मग त्यांच्यावरच हे काम सोपवलं.

आम्ही पूर्ण मेहनतीनं मग लग्नविधींसाठीची जमवाजमव करण्यात गुंग झालो. पत्रिका तयार झाल्या आणि पोस्टानं घरीही आल्या. तीन दिवसांनी ग्राफिक डिझायनर मित्राचा फोन आला, ''काय हो, पत्रिका कशी वाटली?'' मी म्हणालो, ''बाकी सगळं छान आहे; पण पाकिटाचा कागद तर पातळ दिसतोय.'' हे ऐकताच

त्यांचा स्वर उदास झाला; कारण, मी सांगितलेल्या अभिनव पद्धतीवर त्यांच्या पूर्ण टीमनं काम करणं अपेक्षित होतं. त्यांनी पुढचा प्रश्न विचारला, ''पत्रिकेचा कागद कसा आहे?'' त्यावर मी ''उत्तम आहे,'' सांगितलं. पुन्हा त्यांनी विचारलं, ''मजकूर, कलम स्कीम, छपाईचा दर्जा आणि डाय कटिंग कसं वाटलं?'' ''ते तर उत्तमच,'' मी पुन्हा म्हणालो. त्यावर मित्र म्हणाले, ''अरे बाबा, तुमच्याशी ग्राहकापेक्षाही जास्त नातं मैत्रीचं आहे म्हणूनच अगदी हक्कानं एक गोष्ट सांगतो. निमंत्रण पत्रिकेच्या एवढ्या सगळ्या गोष्टी आवडल्या होत्या, त्या आधी ऐकायला मिळाल्या असत्या, तर बरं वाटलं असतं. पातळ पाकिटाबद्दल नंतरही सांगता आलं असतं. माझी विनंती आहे, की कधीही तुम्हाला कुणाबाबत तक्रार असेल, तेव्हा त्याच्या चांगल्या बाजू सांगून बोलणं सुरू करा. उणिवा तर नंतरही प्रेमानं अधोरेखित करता येतात. अशानं तुमच्या बोलण्याचा परिणाम दिसून येईल, तुमचं बोलणं ऐकलंही जाईल आणि त्यानुसार स्वतःमध्ये सुधारणाही केली जाईल. औषध कितीही कडू असलं, तरी पहिल्यांदा ते एका गोडसर कॅप्सूलमध्येच भरलं जातं, त्यामुळे ते घेताना अडचण येत नाही.''

■

लाखमोलाची गोष्ट

सकारात्मक विचार दीर्घकाळ परिणाम करतो. चूक कुणाहीकडून होऊ शकते. समोरच्याला तुम्ही त्याचे अनेक गुण सांगितल्यानंतर एखादा अवगुण सांगितला, तर बोलणं त्रासदायक होत नाही. एखादा गायक गझल फारशी चांगली गात नसेल, तर मुळात त्याच्या आवाजाच्या गोडव्याचं कौतुक करा. नंतर म्हणा, की कदाचित गझलेसाठीही आज आवाज मस्त लागला असता, तर छान वाटलं असतं.

■ आभार

आयुष्यात सगळ्यात मोठा धडा शिकवणारी गोष्ट म्हणजे भटकंती. जणू काही एखाद्या शाळेसारखेच ते आपल्याला आयुष्याचे धडे देतात. प्रत्येक पावलागणिक प्रवास आपल्याला संयम शिकवतो आणि घरापासून लांब घडणाऱ्या घटना आपल्यापर्यंत पोहोचवतो.

मॉस्को शहरात होणाऱ्या एका परिषदेसाठी मुंबईहून जाणारे आम्ही दोनच टायर डीलर होतो. दुबईला जाऊन मॉस्कोला जाणारं विमान उड्डाण करण्यापूर्वीच त्याचं टायर खराब झालं. टायर येण्यात आणि ते बदलण्यात तीन तासांचा वेळ गेला. अर्थातच जेव्हा दुबईला पोहोचलो, तेव्हा मॉस्कोला जाणारं विमान निघून गेलं होतं. मॉस्कोला जाणारं पुढचं विमान आता थेट २४ तासांनंतरच होतं. आम्ही आमचं मॉस्कोला जाणं परिषदेसाठी किती महत्त्वाचं आहे वगैरे

विमानतळावर सांगितल्यावर एअरलाइननी आमची सोय 'व्हाया जर्मनी' जाणाऱ्या एका विमानात करून दिली. २४ तासांचा ताण, दमणूक आणि वैतागानंतर जरा कुठे डोळा लागलाच होता, इतक्यात मॉस्को विमानतळावर विमान उतरलंसुद्धा. विमान उतरताक्षणी विमानतळावर सर्व प्रवाशांनी टाळ्यांनी आमचं स्वागत करताच आम्ही थक्क झालो. मी कुतूहलानं एका रशियन सहप्रवाशाला या टाळ्यांचं कारण विचारलं. रशियात कुठलंही विमान व्यवस्थित उतरलं, की आम्ही दोन जणांचे आवर्जून आभार मानतो. सगळ्यात आधी त्या निळ्या छत्रीवाल्याचे, जो वर जगाची चिंता वाहतो आणि दुसरे फ्लाइट क्रूचे म्हणजे वैमानिक, हवाईसुंदरी आणि इतर कर्मचारी ज्यांच्यामुळे सगळे प्रवासी सुखरूप जमिनीवर लँड करतात.

आयुष्यात एक नवा धडा मिळाला. प्रवास विमानातून असो, रेल्वेतून किंवा रस्त्यावरून गाडीनं चालकाचे आभार मानण्याचं समाधान काही वेगळंच असतं. ■

लाखमोलाची गोष्ट

अडचणींच्या वेळी चिडचिड होणं किंवा वैतागणं हा तर आपला जन्मसिद्ध अधिकार आहे. मात्र जेव्हा सगळं काही चांगलं सुरू असतं, तेव्हासुद्धा चांगल्या भावना व्यक्त करणं थांबवण्याची गरज नाही. आभार मानायला काहीच पैसे खर्च नाही करावे लागत; पण ज्याचे आभार मानले जातात, त्याच्यासाठी ही गोष्ट अत्यंत मौल्यवान होऊन जाते.

■ न करायच्या गोष्टींची यादी

माझ्या मित्राचे वडील प्राथमिक शाळेतले अत्यंत प्रामाणिक आणि मेहनती शिक्षक होते. आयुष्यात त्यांनी कधीही मूल्यं सोडली नाहीत. पाच मुलं असलेलं त्यांचं कुटुंब मोठं होतं. गरजेच्या वेळी पोटाला तोशीस देऊन, पदराला खार लावून आई-वडिलांनी या पाचही मुलांना उत्तम शिक्षण दिलं आणि वाढवलं. बारावीनंतर मुंबईतल्या एका मोठ्या कॉलेजला मित्राला प्रवेश मिळाला. मुंबईसारखं मोठं शहर त्यांच्या घरात कुणीच पाहिलं नव्हतं, त्यामुळे सगळ्यांना काळजी वाटत होती. रेल्वे स्थानकावर जाऊन मित्राला 'टाटा' करण्याआधी आम्ही त्याच्या घरी गेलो. सुख आणि दुःख अशा दोन्ही वेळी डोळ्यांतले अश्रूच भावना व्यक्त करण्यासाठी शब्दांची नेमकी जागा घेतात. त्यांच्या घरीही नेमकं असंच वातावरण होतं. निघतानाच मुलानं वडिलांना वाकून नमस्कार केला आणि जाण्याची परवानगी मागितली.

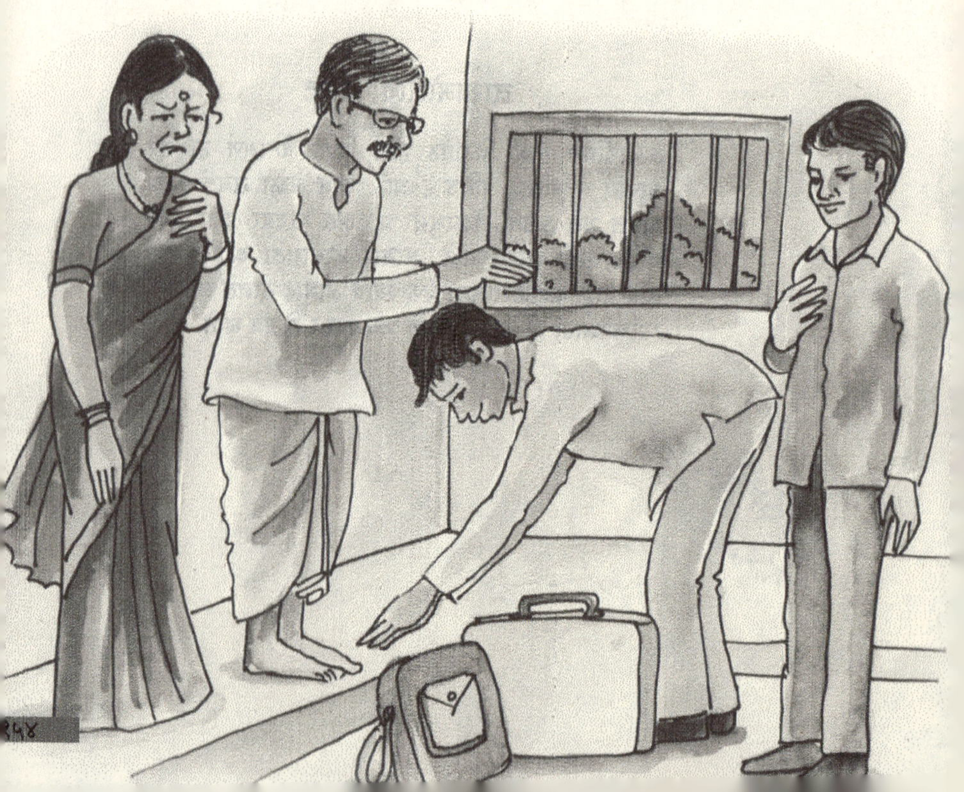

त्या वेळी त्या प्राथमिक शाळेच्या सामान्य शिक्षकाच्या तोंडून निघालेले शब्द हे कुठल्याही मोठ्या ग्रंथापेक्षा जराही कमी नव्हते. ते म्हणाले, ''पोरा, आयुष्यात आतापर्यंत कधीही तुला नजरेसमोरून बाजूला होऊ दिलं नाही. आयुष्यात कधी आणि काय करायचंय, ते प्रत्येक वेळी तुला सांगत आलो. पुढचं आयुष्य आता तुझ्या हातात आहे. काय काय करायचं आहे, याची यादी अगदी छोटी होती, ती मी तुझ्याकडे सोपवली आहे. आता काय करायचं नाही, याची यादी मोठी आहे; जी तुझी तुला स्वत:लाच ठरवायची आहे. आयुष्यात एका गरीब मास्तराची मान उंच नाही झाली तरी चालेल; पण कायम लक्षात ठेव, की तुझ्यामुळे वडिलांची मान खाली जाता कामा नये.''

■

लाखमोलाची गोष्ट

आई-वडील चांगल्या गोष्टींची जागतिक युनिव्हर्सिटी असतात. आपण समजूतदार होईपर्यंत ते आपल्याला चांगल्या, वाइटाची शिकवण देत असतात. वेळ आल्यावर आपल्यालाच ठरवायला लागतं, की चांगलं काय आणि वाईट काय ते. काही परीक्षा या स्वत:लाच उत्तीर्ण व्हाव्या लागतात.

अनुवादक परिचय

आसावरी चिपळूणकर या 'लोकसत्ता' आणि 'सकाळ' वृत्तपत्रांतील कामाच्या अनुभवानंतर 'महाराष्ट्र टाइम्स', पुणे येथे गेल्या १३ वर्षांपासून कार्यरत आहेत. पत्रकारितेची पदव्युत्तर पदवी (मास्टर इन जर्नालिझम) प्राप्त केल्यानंतर त्या १५ वर्षे पत्रकारितेच्या क्षेत्रात कार्यरत आहेत. लहान मुलांसाठी गोष्टी आणि लेख लिहिण्यासह मुलांसाठीचे अनुवादित कथालेखन त्यांनी केले आहे. शास्त्रीय, सुगम आणि चित्रपट संगीतासह चित्रपटाविषयी, महिलांविषयी आणि जीवनशैलीविषयक लेखन त्यांनी केले असून, साहित्य, संस्कृती आणि इतिहासाविषयीही त्या लेखन करतात. साहित्य, संगीत आणि चित्रपट क्षेत्रांतील मान्यवरांच्या 'लाइव्ह' आणि मंचावरील मुलाखतींसह त्यांना डबिंग, व्हॉइस रेकॉर्डिंगचाही अनुभव आहे. छायाचित्रण, वाचन आणि भटकंती या त्यांच्या आवडी असून, त्यातूनच त्यांना लेखनाचे विषय मिळतात.

■